கதையுதிர் காலம்

இரா.தங்கப்பாண்டியன்

Kathaiyuthir kaalam
(Short stories)
R. Thangapandian

First Edition : December 2019
Pages : 112
Price : Rs. 80
Laser Print : Vandana Mirugubharathi
Printing : M.V Offset prints, Chennai. 600 005

Published By : AKANI VELIYEDU
No. 3, Padasalai Street, Ammaiyyapattu,
Vandavasi - 604 408
Thiruvannamalai
Cell : 98420 43507 / 94443 60421
E.mail : akaniveliyedu@gmail.com

வெளியீடு : 97
ISBN : 978-93-82810-62-9

கதையுதிர் காலம்
(சிறுகதைகள்)

© இரா.தங்கப்பாண்டியன்

முதல் பதிப்பு	:	டிசம்பர் - 2019
பக்கம்	:	112
விலை	:	ரூ.80
ஒளியச்சு	:	வந்தை முருகுபாரதி
அச்சாக்கம்	:	எம்.வி. ஆப்செட் பிரிண்ட்ஸ், சென்னை - 600 005.

வெளியீடு : அகநி வெளியீடு
எண் : 3, பாடசாலை வீதி,
அம்மையப்பட்டு, வந்தவாசி 604 408.
திருவண்ணாமலை மாவட்டம்.
பேசி : 98426 37637 / 94443 60421
மின்னஞ்சல் : akaniveliyeedu@gmail.com

Kathaiyuthir kaalam
(Short stories)

© R.Thangapandian

First Edition	:	December - 2019
Pages	:	112
Price	:	Rs. 80
Laser Print	:	Vandhai Murugubharathi
Printing	:	M.V.Offset prints, Chennai - 600 005.

Published By : AKANI VELIYEEDU
No: 3, Padasaalai Street, Ammaiyapattu,
Vandavasi - 604 408.
Thiruvannamalai - Dist.
Cell : 98426 37637 / 94443 60421.
E.mail: akaniveliyeedu@gmail.com

மேற்குத் தொடர்ச்சி மலையும் வைகையாறும்...

கவிதை, கதை, கட்டுரை, ஆய்வு என பல தளங்களிலும் தொடர்ந்து எழுதிவரும் இரா.தங்கப்பாண்டியனின் முதல் சிறுகதை நூலினை வெளியிடுவதில் அகநி வெளியீடு பெருமிதம் கொள்கிறது.

அசலான கிராமத்து வாழ்வின் பல்வேறு நிலைகளையும் தனது கதைகளில் வெகுஇயல்பான மொழியில் கதைகளாக்கியிருக்கும் இரா.தங்கப்பாண்டியன், தாத்தா பாட்டிகளிடம் கதைக் கேட்டு வளர்ந்த கடைசி தலைமுறைக்குச் சொந்தக்காரார் என்பதறிகையில் மனம் வலிக்கவே செய்கிறது.

வானம் பொய்க்க, மண் வறண்டு கிடந்தாலும், மக்களின் மனங் களிலுள்ள ஈரம் உலர்ந்துபோகாமல், காலங்காலமாகச் சொல்லச் சொல்லச் சுரந்து கொண்டேயிருந்தன... இந்த மண்ணின் கதைகள்.

கதைகள் சொல்வதால் மன பாரம் குறைந்த மனிதர்களும், கதைகளைக் கேட்டதால் மனதில் கற்பனைச் சிறகுகளை விரித்த மனிதர்களும் வாழ்ந்த / வாழ்ந்து கொண்டிருக்கும் பூமியிது. மனிதர்கள் வழியே எல்லாக் காலங்களிலும் கடந்தோடிக்கொண்டிருந்த கதை நீரோட்டம், இன்று கொஞ்சம் கொஞ்சமாக வற்றிக் கொண்டிருக்கிறது.

கதை சொன்ன தலைமுறை தொலைக்காட்சி தொடர்களிலும், கதைக் கேட்கத் தவறிய தலைமுறை செல்பேசி உரையாடல்களிலும் இன்றைக்கு தன்னைத் தொலைத்துக் கொண்டிருக்கிறது. இச்சூழலில், இரா.தங்கப்பாண்டியனின் கதைகளை வாசிக்கத் தொடங்கியதுமே, இவரது கதை மொழி நம்மை வாஞ்சையோடு உள்ளிழுத்துக்கொள்வதாய் உள்ளது மிகப் பெரிய ஆறுதலைத் தருகிறது.

வாழ்வோடு மல்லுக்கட்டிப் போராடுகிற உழைக்கும் மக்களே இவரின் கதைமாந்தர்களாக வலம் வருகிறார்கள். வாசிக்க, வாசிக்க மேற்கு தொடர்ச்சி மலைக் காற்றின் சுகந்தம் நம் நாசிக்குள்ளும் ஏகாந்தமாய் நுழைகிறது. வைகையாற்றின் சாரல் சில்லிப்பு, நம்மையும் நனைக்கிறது.

கதைக்கென செய்யப்படாத கிராமத்துச் சம்சாரிகளையும், நீரோடை யொத்த சிக்கலில்லாத கதையோட்டத்தையும் கொண்ட இரா.தங்கப்பாண்டியன் கதைகள், தமிழ்ச் சிறுகதை வட்டத்தில் இவருக்கென நிலைத்த வாசகர்களைப் பெற்றுத்தரும்.

பல்வேறு மாத வார இதழ்களில் பிரசுரமானபோதே, பரவலான பாராட்டுதல்களைப் பெற்ற இவரின் பல கதைகள், சிறுகதைப் போட்டிகளில் பரிசுகளையும் வென்றவை என்பது கூடுதல் சிறப்பு.

இது கதையுதிர் காலமாக இருக்கலாம்; ஆனாலும், இனி தொடங்கப் போகும் கதை அடைமழைக் காலத்திற்கான தொடக்கமாக, இந்தத் தொகுப்பு வெளிவருகிறது.

– பதிப்பாளர்

மண்ணையும் மனிதர்களையும் தன்னகத்தே கொண்ட ஈரமான கதைகள்

\- பாஸ்கர் சக்தி

நம் சமூகத்தின் அடிவேராக இருப்பவை கிராமங்கள். நகரங்கள் என்பவை வாழ்வதற்கான வழி தேடி எல்லாப் பக்கமிருந்தும் வந்து சேர்ந்து கூடி வாழ்வோரின் திரள். ஆனால், கிராமத்தின் மனிதர்கள் அங்கேயே பிறந்து வளர்ந்து வாழ்கின்றவர்கள். அவர்களின் வாழ்வு முறையில் இருக்கும் தனித்த அழகுகளும், அனுபவங்களும், காதலும், சண்டையும், வறுமையும், வலியும், வேதனைகளும் தனித்துவமானவை, ஈரமானவை. சரியாக அவை ஒருவரால் எழுதப்பட்டு, அதனைப் படிக்கும் போதெல்லாம் நான் நெகிழ்ந்து போகிறேன். ஏனென்றால் நானும் அப்படியான ஒரு கிராமத்துப் பிள்ளை.

தங்கப்பாண்டியன் கதைகளைப் படிக்கும்போது எல்லாக் கதைகளிலும் என்னை உணர முடிகிறது. நான் பார்த்த மனிதர்களையும், நான் ரசித்த வாழ்க்கையையும் அவரும் பார்த்திருக்கிறார். எனக்கு கதை சொன்ன பாட்டிகள் அவருக்கும் கதை சொல்லி இருக்கிறார்கள். எங்கள் வீட்டில் எடுக்கப்பட்ட மாவிளக்குகள் அவர் வீட்டிலும் எடுக்கப்பட்டிருக்கின்றன. எங்கள் திருவிழாக்கள் ஒரே மாதிரியான குதூகலத்தைக் கொண்டவை. எங்கள் வீட்டின் வேதனையான அழுகைகள் அவர் காட்டுகிற வீடுகளிலும் ஒலித்திருக்கின்றன. வேறு எப்படி இருக்க முடியும்? அவரும் நானும் ஒரே மண்ணின் பிள்ளைகள். காலையில் எழுந்தவுடன் மேற்குத் தொடர்ச்சி மலையைப் பார்க்கிற பாக்கியத்தையும், அந்த மலையிலிருந்து வீசும் காற்றைச் சுவாசிக்கிற கொடுப்பினையையும், வைகை ஆத்துத் தண்ணியைக் குடிக்கிற யோகத்தையும் பெற்றவர்கள். எனவே, எங்கள் கதைகளில் அது அப்படித்தான் இருக்கும்.

தங்கப்பாண்டியனின் கதைகளின் சிறப்பு அவற்றின் இயல்பான கதை சொல்லல் முறைதான். பட்டுணர்ந்ததை அப்படியே அலங்காரங்களோ, மெனக்கெடல்களோ இல்லாமல் சக மனிதர்க்குச் சொல்கிற அந்தப் பாங்கு மிகவும் அழகானது. இவரது கதைகளின் மனிதர்கள் எளியவர்கள், உழைப்பாளிகள், ஏமாறுகிறவர்கள், உடைந்து போகிறவர்கள் இருந்தாலும்

வாழ்வை அதன் துயரங்களோடும் அழகோடும் இயல்போடும் வாழ் கிறவர்கள். இவர்களினிடையே அயோக்கியர்களும், சக மனிதனை நொறுக்கிப் போடுவதை இயல்பாகக் கொண்ட சுயநலமிகளும் உண்டு. அவர்களுக்கான இடமும் நம் சமூகத்தில் இருப்பதுபோலவே இவர் கதைகளிலும் உண்டு.

தாத்தா பாட்டியிடம் கதை கேட்டு வளர்ந்த எங்கள் தலைமுறையில் ஒருவரான தங்கப்பாண்டியனின் கதைகளில் இந்தக் கதை கேட்கும் அம்சமும் காட்சியும் பல இடங்களில் வருகின்றன. எப்பேர்ப்பட்ட அழகான ஒரு வாழ்வியல் முறையை நம் கிராமங்கள் பெற்றிருந்திருக்கின்றன..? கால் நீட்டி அமர்ந்து, தன் பேரனிடமோ பேத்தியிடமோ ஒரு கதையைச் சொல்லும் தாத்தா பாட்டிகள் அந்தக் கதைகள் வழியாக தம் வாழ்க்கை யையும், வலியையும் தாம் பட்ட பாடுகளையும் சொல்கையில், இந்த வாழ்வு குறித்த கேள்விகளையும், சரி தவறு குறித்த குறிப்புணர்த்தலையும் அடுத்த தலைமுறைக்கு எவ்வளவு அழகாகக் கடத்தி இருக்கிறார்கள்,?

இலக்கியமும் கலையும் செய்யும் பணியே இதுதானே? இது எவ்வளவு இயல்பாகவும் அழகாகவும் நம் கிராம வாழ்வில் இருந்திருக்கிறது.? எப்பேர்ப்பட்ட கவித்துவமான தருணங்கள் அவை? வாழ்வில் இனிமை கூட்டும், வாழ்வை அர்த்தப்படுத்தும் பொழுதுகள் அல்லவா அவை? என்கிற உணர்வுகளைத் தங்கப்பாண்டியனின் கதைகளில் பல எனக்குள் கிளர்த்துகின்றன. அது மட்டுமல்ல இதையெல்லாம் இந்தத் தலைமுறை இழந்து வருகிறதே என்கிற வருத்தத்தையும் ஆதங்கத்தையும் கூடவே ஏற்படுத்துகின்றன.

படித்தவுடன் நிறைவான உணர்வினை ஏற்படுத்துகிற, வாழ்க்கை குறித்த கேள்விகளை எழுப்புகிற, படிக்கையிலேயே ஒரு நிமிடம் கண் மூடி யோசிக்க வைக்கிற படைப்புகள் சிறந்தவை என்பது என் எளிய எண்ணம். இந்தக் கதைகள் அவ்விதமானவை. உசிலம்பட்டிக் கணவாய்க்கும் மேற்குத் தொடர்ச்சி மலைக்கும் இடையிலான காற்றையும், மண்ணையும், மனிதர்களையும் தன்னகத்தே கொண்டிருக்கும் ஈரமான கதைகள். என் மனதுக்கு நெருக்கமான, ஆத்மார்த்தமாக நான் நேசிக்கின்ற கதைகளாக இவை இருக்கின்றன. இவற்றை தந்த நண்பர் தங்கப்பாண்டியனைக் கை குலுக்கித் தோளோடு அணைத்துச் சொல்ல விரும்புகிறேன். "நிறைய எழுதுங்க... தங்கப்பாண்டி" என்று. எங்கள் தேனிப் பகுதியின் இன்னொரு ஜீவன் மிகுந்த எழுத்தாளனாக உருவாகி இருக்கும் தங்கப்பாண்டியனின் முதல் தொகுதியை அன்புடன் முத்தமிடுகிறேன்.

- பாஸ்கர் சக்தி

03.12.2019 எழுத்தாளர், திரைப்பட வசனகர்த்தா

இந்நூல்...

கவிதை எழுதித் திரிந்த என்னைக்
கதை எழுத வைத்த எழுத்தாசான்
மேலாண்மை **பொன்னுச்சாமியின்**
படைப்புலகிற்கு...

நன்றி

செம்மலர்
கல்கி
காமதேனு
பாஸ்கர் சக்தி
மு.முருகேஷ்
தேனி சீருடையான்
நா.ஜெயசீலா
அய்.தமிழ்மணி
சுந்தர் ஜி
சி.கண்ணன்
தமுஎகச

மற்றும்

கதையில் வரும்
தாத்தா, பாட்டி, அம்மா என
அனைவருக்கும்...

உள்ளே...

1. அன்னகாமு — 9
2. ஆட்டக்காரி — 18
3. பொம்மை(ய)சாமி... — 25
4. காடெனப்படுவது யாதெனில்... — 34
5. உறவுப் பாலங்கள் — 42
6. கடைசி வசனம் — 49
7. கதையுதிர் காலம் — 56
8. புதுக்கணக்கு — 63
9. நன்நயம் — 69
10. தவம் — 77
11. நீராடிய காலங்கள் — 84
12. தவளவாயன் — 91
13. இராஜராஜ சோழன் — 99
14. பகிர்தாளம் — 107

1

அன்னதாமு

''இன்னக்கி என்ன கதை தாத்தா?'' என்று கேட்டான் வினோதன்.

மொட்டைமாடியில் விளக்கு வெளிச்சத்தையும் மீறி நிலவொளி வீசியது. ஒளி தென்னங்கைகளில் பட்டுத் தகதகத்தன. ஆடுகளையும், குட்டிகளையும் இனம் பிரித்துக் கொண்டிருந்த கிடைக்காரார்களின் சத்தம் தவிர்த்து, வேறு எந்தச் சத்தமும் இல்லை. இரண்டு நாட்களாக டி.வி. ரிப்பேர். தாத்தாவும், பேரனும் மொட்டைமாடியில் உட்கார்ந்திருந்தார்கள்.

''என்ன தாத்தா யோசனை?'' மீண்டும் பேரன் கேட்டான்.

''ஒரு நல்ல கதைய யோசிச்சிக்கிட்டு இருக்கேன்.''

தாத்தா ராமையாவுக்கு வினோதனின் அப்பா ஒரே மகன். நல்லாப் படிக்க வச்சாரு. நெய்வேலியில அனல்மின் நிலையத்துல வேலை. ஆண்டுக்கு ஒருமுறை மட்டும் சொந்த ஊர் வந்துசெல்லும் நகரவாசியாகி விட்டான் மகன். ராமையாவுக்கு கிராமம் விடை கொடுக்கவில்லை. ஊர் ஒட்டிய நிலம். 300 செம்மறி ஆடுகள். விவசாயம், ஆடு எல்லாம் பார்த்துக்கொள்ள நான்கு வேலையாட்கள். அவர்களுக்கும் சேர்த்தே பக்கத்தில் வீடு. அந்த சின்னஞ்சிறு கிராமத்திலும் இன்னொரு கிராம மாகவே வாழ்ந்தார்.

திருவிழா நாளில் மட்டும் ஊருக்குள் போவார். சாமிக்கு குடை தூக்குவார். ரெண்டு மைல் தூரம் எறும்பு நகர்வதுபோல சாமி ஊர்வலம் நடக்கும். கை வலிக்குது என்று யாரிடமும் கொடுத்து மாற்ற மாட்டார். சாமி சாட்டிய 15 நாளும் கடுமையான விரதம் இருப்பார். சாமி கும்புடு தவிர்த்து, ஏதாவது எழவு விழுந்தால் மட்டுமே ஊருக்குள் போவார். ஆடு, மாடு, தோட்டம், வேலையாட்கள் இதுதான் இவரது உலகம்.

''நீ கதை சொல்லப் போறீயா... இல்லையா?'' வினோதன் கோப மடைந்தான்.

“பொறுடா தண்ணி குடுச்சிட்டு வர்றேன்.”

தண்ணி குடித்துவிட்டு வந்து உட்கார்ந்தார். தொண்டையை லேசாக செருமி, சரி செய்தார். கதை சொல்லத் தொடங்கினார்.

“ஒரு ஊர்ல ஒரு ஆட்டுக்காரர் இருந்தாரு. அவரு பேரு அன்னகாமு. ஆட்டோட அவர் பெறந்தாரா? அவரோட ஆடு பெறந்துச்சான்னு பிரிச்சுப் பாக்க முடியாது. எந்நேரமும் ஆடு குட்டிகளோடவே தான் இருப்பாரு.”

“எல்லா ஆடும் அவருக்குச் சொந்தமானதா?”

“ஆடு மட்டுமில்லை, ஆடு போடுற புழுக்க கூட அவருக்குச் சொந்த மில்ல. எல்லா ஆடுகளும் ஆயிரம் மாட்டு அழகர்சாமிக்குச் சொந்த மானது.”

“ஆயிரம் மாட்டு அழகர்சாமியா? அப்பிடின்னா என்ன அர்த்தம்?”

“அவங்க வீட்டுல ஆயிரம் மாடுக இருந்துச்சு. அதனால ஆயிரம் மாட்டு அழகர்சாமின்னு பேரு வந்துச்சு. சரி அதவிடு. நம்ம கதைக்கு வருவம். அன்னகாமு, அழகர்சாமி வீட்டுலதான் ஆடு மேச்சாரு. அழகர்சாமி வீடு பெரிய்ய வீடு. ஆட்டுத் தொழுவம், மாட்டுத் தொழுவம் மட்டும் நம்ம தென்னந்தோப்பு அளவுக்கு இருக்கும். அவங்க வீட்டுல பண்ணையாளுக மட்டும் தெனசரி நூறு பேரு வேல செய்யிவாங்க. இதுல தெனக்கூலிக்கு வர்றவங்களும் இருப்பாங்க. வருசப்பண்ணைக்கு இருக்குறவங்களும் இருப்பாங்க.”

“வருசப் பண்ணையின்னா என்ன தாத்தா?”

“இந்த சித்திர மாசம் தொடங்கி, அடுத்த சித்திர வரைக்கும் அவங்க வீட்டுல தான் இருக்கணும். மூணு வேள சோறு. வருசம் ஒரு தடவ தைப் பொங்கலுக்கு வேட்டி, துண்டு. இது போக கூலியா ரெண்டு மூட தவசம். இப்பிடி பண்ணைக்கு இருந்தவர்தான் அன்னகாமு. சின்னப் பிள்ளையிலேயே அவரு பண்ணைக்குப்போயிட்டாரு.”

“அப்புறம்?”

“ஆடு மேய்க்கிறது தான் அவருக்கு வேல. பண்ணையாளுகளுக்கு கஞ்சி காய்ச்சி ஊத்த, ஒரு பொம்பள இருந்தா. அவதான் வெள்ளன இவங்கள எழுப்பி கஞ்சிய ஊத்தி, அவங்கவங்க வேலக்கு அனுப்பி விடுவா. அழகர்சாமி வீட்டுப் பொம்பளங்க இவங்க பக்கம் எட்டிக்கூடப் பாக்க மாட்டாங்க. இத்தனைக்கும் அன்னகாமு அழகர்சாமி பொண் டாட்டிக்கு தூரத்துச் சொந்தம். மாமா மொற வேணும்.”

“சொந்தக்காரங்க வீட்டுலேயே பண்ணைக்கு இருந்தாரா?”

“எல்லாம் வறும தான் காரணம். வசதி இருந்தா தூரத்துச் சொந்தக்காரங்க கூட நெம்மகிட்ட வந்து ரெம்ப நெருக்கம் காட்டுவாங்க. வசதி இல்லாட்டி கூடப் பெறந்தவங்ககூட தள்ளி நின்னு வேடிக்கை பார்ப்பாங்க.இதுதானப்பா ஒலகம். அன்னகாமு குடும்பமும் ஒரு காலத்துல ரெம்ப வசதியாப் பொழப்பு பொழச்ச குடும்பந்தான். அவருக்கு வெவரம் தெரியிற வயசுக்குள்ளயே இவங்க அய்யா, சொத்து சொகத்தையெல்லாம் தொலைச்சிட்டு, தானும் போயி சேர்ந்துட்டாரு. பாவம் அன்னகாமு. நிற்க நாதியில்லாம இங்க வந்து விழுந்துட்டாரு.”

“அடப்பாவமே.... இப்பிடியெல்லாமா நடக்கும்...?”

“நடக்கும் நடக்கும். சாண் ஏறுனா மொழம் சருக்குற அவத்தப் பொழப்புல எல்லாமே நடக்கும். சரி, இப்ப அன்னகாமு கதைக்கு வருவோம். சின்னவயசுல பண்ணைக்குச் சேர்ந்த அன்னகாமு, இப்ப முழு எளந்தாரியாயிட்டாரு. சும்மா.... எள்ளுன்னா எண்ணையா நிக்கிற பருவம். அவருக்குக் கலியாணம் முடிச்சு வைக்கிறதாப் பேசித்தான் பண்ணைக்குச் சேத்தாங்க. யாரு பொண்ணு தருவாங்க.? எந்தச் சொத்தும் இல்லாத வெறும் மனுசன். வெவரம் தெரிஞ்ச நாள்ல இருந்தே ஆடுகளோடவும், ஆட்டுக்காரப் பயலுகளோடவுமே வளர்ந்த மனுசன்.

சாதி சனம், சொந்த பந்தம் ஏதும் அறியா வெள்ளந்தி. எங்க போயி பொண்ணுப் பார்ப்பாரு...?“

“பொண்ணு கெடச்சதா தாத்தா..?”

“ம்.... கெடச்சது.. கெடச்சது. அழகர்சாமியும், அவரு சம்சாரமும் எங்கெங்கயோ பொண்ணு தேடி கடைசியல சீப்பாலக்கோட்டயில பண் ணையார் வீட்டுல பண்டபாத்திரம் தேச்சிக்கிட்டு இருந்த மயிலிய கலியாணம் பண்ணி வச்சாங்க. ஒரு ஜாடியின்னு இருந்தா, அதுக்கொரு மூடி கெடைக்காமலா போகும்?”

“கலியாணம் எங்க நடந்துச்சு, தாத்தா?”

“மதுர மீனாச்சி கோயில்லயா தாலி கட்ட முடியும்? அன்னகாமுக்கு நம்மூரு ஈஸ்வரன் கோயில்லதான் கலியாணம் நடந்துச்சு. கலியாணம் முடிஞ்ச மறுநாளே இவரு ஆடு மேய்க்கப் போயிட்டாரு. மயிலி பண்டபாத்திரம் கழுவப் போயிடுச்சு. ரெண்டு பேருக்கும் குடியிருக்க சொந்தமா வீடு கூட இல்ல. என்னதான் பண்ணக்காரனாயிருந்தாலும் அழகர்சாமி பொண்டாட்டிக்கு சொந்தக்காரன் இல்லையா? அதுனால அந்தம்மா தன்னோட புருசங்கிட்ட கெஞ்சி, கூத்தாடி குப்பை கொட்டுற எடத்துக்குப் பக்கத்துல குடிசை போட்டுக் குடியேற ஒத்துக்க வச்சாங்க.”

சொல்லி முடித்துவிட்டு இரண்டுபேரும் மௌனமானார்கள். தாத்தா, பழைய நினைவு நெஞ்சிலாட, மனப்பாரம் குறையும்போது ஏற்படும் ஒரு சுகம் இருக்குமே... அந்த சுகத்தை அனுபவித்துக் கொண்டிருந்தார்.

“மிச்ச கதையும் சொல்லு தாத்தா, எனக்குத் தூக்கம் வருது.”

“ரெண்டு பேருமே ரெம்ப சந்தோசமா குடும்பம் நடத்துனாங்க. அன்னகாமு ஆடு ஆடுன்னு காடுகாடா அலஞ்சாலும் சாயங்காலம் மசங்குற நேரத்துக்கு வீட்டுக்கு வந்திருவாரு. வரும்போது வண்டப்புலி நாடார் கடையில சுட்டு வச்சிருக்குற தொக்குச்சிய்யம் நாலு வாங்கித் துண்டுல கட்டிக்கிட்டுத்தான் வருவாரு. அந்தம்மாவும் பண்டபாத்திரம் தேச்சுக்கழுவிக் குடுத்துட்டு, மிச்சம் மீதிய எடுத்துக்கிட்டு வரும். ரெண்டு பேரும் எப்பவும் சண்ட போட்டதே இல்ல. ஒத்துமையின்னா.. ஒத்துமை அப்பிடியொரு ஒத்துமை. கலியாணம் முடிஞ்சு ரெண்டு வருசமாச்சு. அந்தம்மா கருப்புமில்ல, செகப்புமில்ல மாநெறம். வெய்யில் வேல செய்யாம நெழல் வேல செஞ்சதாலயும், அழகர்சாமி வீட்டு மிச்ச மீதத்த திண்டதாலயும் கொஞ்சம் சத போட்டு, பார்க்க நல்லா இருந்துச்சு.”

“அப்பறம்?”

''மயிலிக்கு ஒரு ஆசை. மீனாச்சி கோயிலுக்குப் போகணும்னு. யாரு கூட்டிக்கிட்டுப் போவாங்க? அன்னகாமு காடே பரதேசமுன்னு திரியிறாரு. சாவகாசமா புருசனும் பொண்டாட்டியும் ஒக்காந்து பேசுறப்பெல்லாம் சாடை மாடையாச் சொன்னாலும் அன்னகாமு அசைஞ்சு கொடுக்கிற மாதிரித் தெரியல.''

''எப்பத்தான் மீனாட்சி கோயிலுக்குப் போனாங்க?''

''அதுக்கும் ஒரு நேரம் வந்திச்சு. அழகர்சாமி பொண்டாட்டிக்கு பிள்ளையில்ல. ரெண்டாங் கலியாணம் முடிக்கலாம்னா மாமனார் வீட்டுல ஒத்துக்கல. சொத்து எல்லாமே மாமனாரோடதுதான். அந்தக் காலத்துலேயே மகள் பேருல சொத்த எழுதி வச்சிட்டாரு. யார் யாரு சோசியம் பார்க்க வாராகளோ எல்லாரிட்டையும் பாத்தாங்க. ஒரு தடவ வடக்க வைத்தீஸ்வரன் கோயில் போயி ஏடு போட்டுப் பாத்தாங்க. கொழுந்த பாக்கியம் இன்னும் ஏழு வருசம் கழிச்சுத்தான் கெடைக்கும், அதுவரைக்கும் கோயில் கோயிலா அன்னதானம் செய்யிங்கன்னு சொல்லிட்டாங்களாம்.''

''நல்ல கதையா இருக்கே!''

''ஆமா.... பக்கத்துல பசியோட இருக்குறவனுக்கு செம்பு தண்ணி தர மனசில்லாதவங்கதான் சாமிக்குப் பயந்து கோயில் கோயிலாப் போயி அன்னதானம் பண்ணுவாங்க. இப்பிடி ஒரு தடவ மீனாச்சி கோயிலுக்குக் கௌம்பினாங்க. அன்னதானம் பண்ணுறப்ப கூடமாட வேல செய்ய மயிலியையும் கூப்பிட்டுப் போனாங்க, என்னதான் பண்ணக்காரங்களா இருந்தாலும் அன்னகாமு அவங்களுக்குச் சொந்தம் தானே.''

''அப்பறம்?''

''அப்பறந்தான் விசயமே இருக்கு. மயிலிக்கு உடுத்த நல்ல சீலை கூட கெடையாது. இருக்கிற பழைய சீலையில ஒரு புதுச்சீலய கட்டிக் கிட்டு, இன்னொன்ன உடுமாத்துக்கு எடுத்துக்கிட்டு, தாலிக்கொடிக்குத் தொணையா கருகமணிப்பாசிய கழுத்துல போட்டுக்கிட்டு மயிலி கௌம்பிருச்சு. மூனு வில்வண்டியில போனாங்க. சாயங்காலம் மதுர போய் சேருறதா ஏற்பாடு. மாடுகளும் அவங்க நெனச்ச நெனப்புக்கு ஏத்த மாதிரி வேகவேகமாப் போயிட்டிருக்கு. மேலமாசி வீதியில இருக்குற போடி மாளிகையில வண்டி நிக்கிறப்ப சாயங்காலம் பொழுது சாஞ்சிட்டு இருக்கு.''

''அன்னக்கி ராத்திரி தங்கிட்டு, மறுநா காலையில சாமி கும்பிட்டு அன்னதானம் பண்ணுறதா ஏற்பாடு. வில்வண்டியில வந்த அலுப்பு.

இரா.தங்கப்பாண்டியன் 13

எல்லாருமே தூங்கிட்டாங்க. மறுநா கோழி கூப்பிடுற நேரத்திக்கு முன்னாடியே எந்திருச்சு குளிச்சாங்க. மயிலிக்கு அழகர்சாமி பொண்டாட்டி தன்னோட சீல, நகையெல்லாம் குடுத்து போட்டுக்கச் சொல்லுச்சு. மயிலிக்கு ரொம்ப சந்தோசம். ஓசி நகை, ஓசி சீலையின்னு மயிலி புதுப் பொண்ணு மாதிரி இருந்துச்சு. அழகர்சாமி ஓரக்கண்ணுல பாத்துக்கிட்டே இருந்தாரு. எல்லாருங் கௌம்பி கோயிலுக்குப் போனாங்க. சாமி கும்பிட்டு முடிச்சிட்டு, அன்னதானம் பண்ணிட்டு, கோயில விட்டுக் கௌப்புறதுக்குள்ள உச்சிப் பொழுதாயிருச்சு.''

''அதுக்கப்பறங் கௌம்பி அவங்க தங்கியிருக்க எடத்துக்கு வந்தாங்க. கொஞ்ச நேரம் தகிப்பாறிட்டு சாயங்காலம் வெய்யில் தாழ, பஜார்ல போயி, பொருள் வாங்குறதா ஏற்பாடு. எல்லாரும் கௌம்புறப்ப அழகர்சாமி மட்டும் தலவலின்னு சொல்லிப் படுத்துட்டாரு. அவருக்கு தொணைக்கி யாரு இருக்குறதுன்னு ஒரே யோசனையா இருந்தாங்க. அவரு பொண்டாட்டி பஜாருக்குப் போறதுலயே ரெம்பக் குறியா இருந்தாங்க. மயிலிய விட்டா ஒத்தாசைக்கு ஆளு இல்ல. வேற வழியில்லாம மயிலி தொணைக்கி இருக்க வேண்டியதாப் போச்சு.''

''அடப்பாவமே!''

''எல்லாரும் போகவும் அழகர்சாமி எந்திருச்சு உட்காந்துட்டாரு. பட்டுச் சேல கட்டி நல்லாப் பளபளன்னு மயிலி இருந்த இருப்புல அழகர்சாமி சபலப்பட்டுப் போனாரு. சபலந்தெ தலவலியா உருமாறி நின்னுச்சு. நக்கலும் நையாண்டியுமா பேசிக்கிட்டே தன்னோட மிருக வெறிய காட்டத் தொடங்கினாரு. பாவம் அந்தம்மா. அந்த பணக்கார மிருகத்தோட போராட முடியாம, பரிதாபமா அந்த ஏழை ஆடு பணிஞ்சு போச்சு. கோயில் தளமின்னும் பாக்காம இப்பிடியொரு அசிங்கத்த அந்தாளு செஞ்சிட்டாரு.''

''மிருக வெறி அடங்கன பெறகு, 'கோவிச்சுக்காத மயிலி. இந்த சங்கதி நமக்குள்ள மட்டும் இருக்கட்டும். ஒனக்கு என்ன வேணுமோ கேளு. நான் தர்றேன். புத்திசாலித்தனமா நடந்துக்கோ. பாவம் நீயும் எத்தன நாளக்கித்தான் ஆட்டுக்காரனோட படுப்பே?' இப்பிடி ஏதேதோ பேசி இந்தம்மாவ அந்தப் படுபாவி அடக்கிட்டான்.''

இதைச் சொல்லும்போதே ராமையாவின் கண்களில் கண்ணீர் முட்டி நின்றது. அது கோபத்தின் வெளிப்பாடா? சோகத்தின் வெளிப்பாடா? ஏதும் புரியாமல் வினோதன் தவித்தான். தாத்தாவே கதையைத் தொடர்ந்தார்.

14 கதையுதிர் காலம்

''கோயிலுக்கு போயிட்டு வந்ததிலிருந்து மயிலி, தம்புருசங்கூட மொகங்குடுத்து பேசுறதில்லை. அவரத் 'தொட' விடுறதில்ல. எப்பப் பாத்தாலும் மேலு வலிக்குது, மேலு வலிக்குதுன்னு சொல்லிக்கிட்டே இருந்துச்சு. எத்தனை நாளைக்குத் தான் உம்மைய மறைக்க முடியும்?''

''விசயம் அன்னகாமுக்குத் தெரிஞ்சுபோச்சா?''

''தெரியாம எப்பிடி இருக்கும்? புருசன வெறுத்த மயிலியால அழகர் சாமிய வெறுக்க முடியல. பண்டபாத்திரம் கழுவுறவள, சோறு எடுத்திட்டு மச்சு வீட்டுக்கு வரச் சொன்னாரு. எப்பவும் ஆக்குப் பாறையில உக்காந்து சாப்பிடுற மனுசன், இப்பெல்லாம் மச்சு வீட்டுக்கட்டுல்ல உக்காந்து சாப்பிடுறாரு. ருசி கண்ட பூன. சும்மா இருக்குமா? தொட்டுப்பேசி, தட்டிப் பேசி, ஒருநாள் கட்டுல்ல தூக்கிக் கவித்திட்டாரு.''

தாத்தாவும், பேரனும் அமைதியானார்கள். தாத்தாவின் கண்களில் இருந்து கண்ணீர் வடிந்தது. பேரனும் சோகம் கொண்டான். அது மோசமான இறுக்கம். பாவம் பச்சப் பையனின் சோகம் தாத்தாவைத் தாக்கியது. வாய்விட்டு கலகலவென்று சிரித்தார். பேரனும் சிரித்தான். தாத்தா கதையைத் தொடங்கினார்.

''தான் வேல செய்யிற எடத்துல மொதலாளி குடுக்கிற இம்சைய எத்தன நாளக்கித்தான் தாங்க முடியும்? எதுக்க முடியும்? அதுவும் ஒரு பொம்பளயால? அண்டி வாழுற ஏழைகள நாசமாக்குற கொணந் தானே பணக்கார கொணம்? மெல்ல மெல்ல அந்தம்மாவும் அடங்கிப் போயிட்டாங்க. இந்த விசயம் அழகர்சாமி பொண்டாட்டிக்கும் தெரிய வந்துச்சு, புருசன எதிர்த்துப் பேச தெம்பில்லாம தனியா அழுததுதான் மிச்சம்.''

''ஒரு நாள் ஆடு மேக்கிற எடத்தில ஒரு சின்னத் தகராறு, பேசிக்கிட்டு இருக்கப்பவே அன்னகாமு, தனிக்கொடியை கம்பால அடிச்சிட்டாரு. அடி விழுந்த அடுத்த நிமிஷமே, 'கட்டுன பொண்டாட்டிய மொதலாளிக்கு கூட்டிவிட்டுப் பொழைக்கிற அவத்தப் பயபிள்ள, ஓங்கிட்ட எல்லாம் அடி வாங்குற நிலம வந்திருச்சேன்னு' சொல்லிக்கிட்டே தனிக்கொடியும் அடிச்சாரு. பக்கத்துல இருக்குறவுங்க ரெண்டு பேரையும் விலக்கி விட்டாக,''

''தனிக்கொடி கம்பால அடிச்ச வலி அன்னாகாமுக்கு மறைஞ்சிருச்சு, ஆனா வார்த்தையில அடிச்சது? அந்த வார்த்தை மட்டுமே நிழலாடிக்கிட்டே இருந்துச்சு. மீனாட்சி கோவிலுக்குப் போயிட்டு வந்ததிலிருந்தே பொண்டாட்டி யோட நடவடிக்கை, மத்தவங்க பேசுற பேச்சு, எல்லா விசயமும் மாறி

மாறி மனசுக்குள்ள வந்துகிட்டு, போயிக்கிட்டு இருந்துச்சு. அவரால ஒரு மனசுல ஆடு மேய்க்க முடியலை. சோட்டுக்கார ஆட்டுக்காரப் பசங்ககிட்ட தன்னோட ஆடுகளையும் சேத்து மேய்க்கச் சொல்லிட்டு, அன்னைக்கி வெள்ளனவே வீட்டுக்கு வந்திட்டாரு.''

''அப்பறம் என்ன நடந்துச்சு?''

''வீட்டுக்கு வந்தவரு தண்ணியும் குடிக்காம கஞ்சியும் குடிக்காம ஆட்டுத் தொழுவுல படுத்திட்டாரு. மாறுநாள் காலையிலேயும் சோட்டுக்கார ஆட்டுக்காரப் பசங்களோட தன்னோட ஆட்டையும் சேத்துவிட்டுட்டு, ஆத்தங்கரையில இருக்குற அரசமரத்தடியில ரெம்ப நேரம் படுத்திருந்தாரு. உச்சிப்பொழுது இருக்கும், ஏதோ யோசனை வந்தவரு போல திடீரெனு எந்திருச்சு மொதலாளி வீட்டுக்கு விறு விறுன்னு போனாரு. வெளியில ஒரு ஆள் அரவமும் இல்லை. தாவாரம் வெறிச்சோடிக் கிடந்துச்சு. மொதலாளி படுக்குற மச்சு வீட்டுக்குள்ள நொழுஞ்சாரு. அங்க... அவரு பாத்த காட்சி, அத பாக்குறப்ப அவர் மனசுபட்டப் பாட்ட யாராலயும் சொல்ல முடியாது. எந்தவொரு ஆம்பளையும் அப்படியொரு காட்சியைப் பாக்கக்கூடாது. எத்தனையோ தடவை பின்னிப் பிணைஞ்சு கிடக்கிற பாம்புகளப் பாத்திட்டு பயப்படாம, ஒரு நமட்டுச் சிரிப்போட நகந்து போற அன்னகாமால அன்னைக்கி அப்படி முடியல. இடி விழுந்த மரம் மாதிரி ஒறைஞ்சு நின்னுட்டாரு.''

''ரெண்டு பேரும் தடாபுடான்னு எந்திருச்சு ஆளுக்கு ஒரு பக்கம் ஓடுறாங்க. கோபம் தலைக்கேற தாவாரத்துல சொருகி வச்சிருந்த வேல்கம்ப உருவி யாரை மொதக் கொல்லுறதுன்னு தெரியமா வெறட்டிப் போனாரு. நாலு எட்டு வச்சவர அழகர்சாமி பொண்டாட்டி கால்ல விழுந்து காலைப் புடிச்சிக்கிட்டு ஓ...ன்னு அழுது தடுத்துட்டாங்க. நெனவு தெரிஞ்ச நாள் இருந்தே அவருக்கு சோறு போட்ட கை அந்தக் கை. அவரு காலைப் பிடிச்சு கெஞ்சுது. அந்த ஒரு நிமிசத்துல அவருக்குள்ள இருந்த நன்றி உணர்வு முழிச்சிருச்சு. கையிலிருந்து வேல் கம்பத் தூக்கி எறிஞ்சிட்டு அந்த அம்மாவ உதறித் தள்ளிவிட்டுட்டு விறுவிறுன்னு வெளியே போயிட்டாரு.''

''எங்க போனாரு?''

''எங்க போனாருன்னே தெரியல, கால்போன போக்குல போனாரு. ரெண்டு நாளா ஆளையே காணோம். பொண்டாட்டி மூஞ்சியில முழிக்கத் துப்பில்லாம அழகர்சாமியும் வெளியூர் போயிட்டாரு. மயிலி குடிசைக்குள்ள படுத்தவ எந்திரிக்கவே இல்லை. ரெண்டு நாள் கழிச்சு

அழகர்சாமி பொண்டாட்டிதேன் மயிலியே எழுப்பி, வீட்டுக்கு கூட்டி வந்திச்சு, அன்னாகாமுவை தேடி ஆள் அனுப்பிச்சு.''

''அன்னகாமு கிடைச்சாரா?''

''கிடைச்சாரு, பொணமாத்தேன் கிடைச்சாரு, ஊத்துக்கடவுக்கு மேல ஏழு சொனைக் காட்டுல ஆல மரத்துல தூக்குப் போட்டு தொங்கிக் கிடந்தாரு. தூக்கிட்டு வந்து எல்லா காரியத்தையும் அழகர்சாமி பொண்டாட்டிதேன் செஞ்சாங்க, அன்னகாமு செத்துப்போன செய்தி கேட்டும் அழகர்சாமி வரவேயில்லை.''

''அன்னகாமு செத்து ஒரு மாசம் கழிச்சு, அவரு பொண்டாட்டி முழுகாம இருக்கிற சங்கதி தெரிஞ்சுச்சு. கருவைக் கலைக்கணுமின்னு எவ்வளவோ மொயற்சி செஞ்சாங்க, அழகர்சாமி பொண்டாட்டிதேன் தடுத்துட்டாங்க, தாயா இருந்து கவனிச்சு, மயிலி ஒரு ஆம்பளைப் புள்ளையப் பெத்தெடுக்க வச்சாங்க. காணாம போயிருந்த அழகர்சாமி யாருக்கும் தெரியாம ரெண்டாம் கல்யாணம் முடிச்சிட்டாரு. அந்தம்மா வுக்கு ஒரு ஆம்பளைப் புள்ளை பெறந்திருச்சு.''

''அப்புறம் என்ன நடந்துச்சு தாத்தா?''

''தன் மகன்தேன் சொத்துக்கு வாரிசுன்னு சொந்தம் கொண்டாடினாரு அழகர்சாமி, ஆனா அவரோட மூத்த தாரம் அழகர்சாமிக்கு சல்லிக் காசு கொடுக்காம சொத்தையெல்லாம் அன்னாகாமு பொண்டாட்டிக்கும், மகனுக்கும் எழுதிக் கொடுத்துட்டாங்க. கடைசிவரைக்கும் அவங்க கூடவே இருந்து அவங்களும் போயி சேந்துட்டாங்க.''

''அன்னகாமு மகன் இப்ப எங்க இருக்காரு?''

''நேரமாகுது தூங்குவோம், மீதிக் கதையை நாளைக்கு சொல்றேன்'' என்று சொல்லி பேரனைத் தூங்க வைத்தார். பேரன் தூங்கிய பிறகு, நீண்ட நேரம் தாத்த இராமையா அழுதார். அன்று விடிய விடிய அவர் தூங்கவே இல்லை. காலையில் பேரன் கேட்டால் எப்படி சொல்வது? எப்படிச் சொல்ல முடியும்?

அன்னகாமு பொண்டாட்டிக்கும், ஆயிரம் மாட்டு அழகர்சாமிக்கும் பிறந்த மகன்தான் உன் தாத்தா'' என்று.

(மார்ச்-2005, செம்மலர்)

2

ஆட்டக்காரி

“பெரியோர்களே... தாய்மார்களே நமது ஊரில் பங்குனித் திருவிழாவை முன்னிட்டு இன்னும் கொஞ்ச நேரத்தில் பெரியகுளம் பிச்சையம்மாள் குழுவினரின் கரகாட்டம் நடைபெற உள்ளது. அனைவரும் திரளாக வந்து, ஆட்டத்தைக் கண்டு களிக்குமாறு விழாக்குழுவின் சார்பாகக் கேட்டுக் கொள்கிறேன்.”

யாரோ கரகரத்த தொண்டையில் பேசிக் கொண்டிருந்தார். பதினைந்து வருசம் கழித்து, உள்ளூர் திருவிழா பார்க்கும் வாய்ப்பு எனக்குக் கிடைத்துள்ளது. கிராமங்களில் திருவிழா என்றாலே ஒரு தனி 'களை' கட்டிவிடும். அதுவும் பங்குனித் திருவிழாவைப் போல விமரிசையாய் எந்த விழாவையும் மக்கள் கொண்டாடமாட்டார்கள். பெரும்பாலும் செவ்வாய்க்கிழமை கரகாட்டமும், புதன்கிழமை ராஜா ராணி வேசமும்தான் நடக்கும். இளைஞர்களெல்லாம் ஒவ்வொரு வருசமும், “இனிமே இதுவேணாம்.. பாட்டுக்கச்சேரி போடணும், ஆடலும் பாடலும் போடணும்”ன்னு முரண்டு பிடிச்சாலும், கரகாட்டம்தான் இருக்கணும் என்ற முடிவில் எப்போதும் பெரியவங்க மாறமாட்டாங்க.

இதுக்குன்னே ஒரு பதில் ரெடியா இருக்கும். “நாம செய்யும் சாமி பூங்கரகம் தான். பூங்கரகம் பவனி வர்றப்ப பொன் கரகம் ஆடி வரணும். அதனால கண்டிப்பா கரகாட்டம் நடக்கும். பாக்க பிரியம் இருந்தாப் பாரு. இல்லையின்னா பேசாமப் பொத்திட்டு படு.” லிங்கையா வாத்தியாரு சத்தம் போட்டுச்சொன்ன உடனே கப்சிப்னு கூட்டம் அடங்கிப் போயிரும்.

கரகாட்டக்காரங்களையும், வேசக்காரங்களையும் பார்த்துப் பேசி வருவதுல தங்கையா பெரிய கில்லாடி.. ஊர் ஊராய்ப் போய்ப் பார்த்து

எங்கேயும் 'வேசம்' அமையலேன்னா தஞ்சாவூரு, புதுக்கோட்டையின்னு ஜில்லா விட்டு ஜில்லா போயிக்கூட கூட்டிட்டு வருவாரு. அட்வான்ஸ் குடுத்திட்டு வந்து ரெண்டு நாளைக்கு ஆட்டக்காரங்களோட 'அருமை'யைச் சொல்லிச் சொல்லியே ஜனங்க மனசில ஒரு எதிர்பார்ப்பை ஏற்படுத்தி விடுவார். சில நேரம் அவர் சொல்லுறத விட நல்லாவும் அமையும், மோசமாவும் போகும். எது எப்பிடி நடந்தாலும் கரகம், வேசம், கொட்டு கூப்பிட தங்கையாதான் போகணுங்கிற எழுதாத விதி உண்டு.

''பெரியகுளம் பிச்சையம்மாள் குழுவினர் கரகாட்டம் ஆடத் தயாராய் இருப்பதால் மேளக்காரர்கள் உடனடியாய் வருமாறு அழைக்கப் படுகிறார்கள்.'' மீண்டும் அந்தக் கரகரத்த குரல் உறுமியது.

பெரியகுளம் பிச்சையம்மாள் கரகாட்டத்தில் கொடிகட்டிப் பறந்தவள். பதினைந்து வருசத்திற்கு முன்பு நாங்க சிறுபிள்ளைகளாய் இருக்கும்போதே தங்கையா கூட்டி வந்திருக்கிறார். பிச்சையம்மாள் வந்தாலே திருவிழா களை கட்டும். பிச்சையம்மாளும் அவளது தங்கச்சி புஷ்பவள்ளியும் சேர்ந்து கரகமாடுவார்கள்.ரெண்டு பேருக்கும் ரெம்ப சின்னவயசு. பபூனாக வடகரை ராஜேந்திரன் இருப்பான். சந்திரபாபு சாயலில் இருந்துகொண்டு விடியவிடிய ஜனங்களைச் சிரிக்க வைப்பான்.

பிச்சையம்மாள் நல்ல செகப்பு. கட்ட சைஸ் பொண்ணு. ஊதா கலர் பாவாடையும், சட்டையும், மல்லிகைப்பூக் கொண்டை போட்டு, பச்சை றெக்கை மொளச்ச கிளி உட்கார்ந்த கரகத்தை தலையில சுமந்து ஆடுவா. புஷ்பவள்ளி கருப்பு நெறம். செகப்புக் கலர் பாவாடையும், சட்டையும், கனகாம்பரம் கொண்டையுமா கரகம் தலையில வச்சு ஆடுவா.

அக்கா தங்கச்சி ரெண்டு பேரும் ஒண்ணாச் சேந்து ஆட ஆரம்பிச்சா, வாசிக்க முடியாம மேளகாரங்க திணறிப்போவாங்க. பலபேரு இவங்களுக்கு வாசிக்க பயந்துக்கிட்டே 'வேற ஊர்ல வாசிக்கக் கூப்பிட்டாங்க'ன்னு பொய் சொல்லிருவாங்க. அந்தளவுக்கு ஆட்டத்துல 'பொம்பளப் புலிகளா' கொடி கட்டிப் பறந்தாங்க.

இவங்களையும் ஒரு கை பாக்குற ஆள் இருந்தான். பேரு வேதமாணிக்கம். ஊரு எழுமலை. நாதஸ்வரம் வாசிக்கிறதுல பெரிய வித்துவான். வேதமாணிக்கம் வந்தாலே நாதஸ்வர மேளம் மட்டும் தனிக் கச்சேரியா ஒரு மணி நேரம் நடக்கும். அந்தப் பாட்டு வாசி... இந்தப் பாட்டு வாசின்னு... ஜனங்களோட அன்புத் தொல்ல கூடிக்கிட்டே போகும். 'சிங்கார வேலனே... வா...', 'ஆயிரம் கண்

போதாது வண்ணக்கிளியே...' இப்பிடியாக இவனது ஹிட் சாங்ஸ் வரிசை நீளும். வாசிச்சு முடிச்சவுடனே நாதஸ்வரத்துல பத்து ரூபா நோட்டுகள் தொங்கும். வேதமாணிக்கம் வாசிப்புக்கு ஆட முடியாம பல ஆட்டக்காரங்க திணறுவாங்க. பிச்சையம்மாளும், வேதமாணிக்கமும் ஒரு சேர அமைஞ்சா, அந்த ஊர்ல தான் கூட்டம் பயங்கரமா கூடும். எங்க ஊர்ல நெறைய வருசம் இப்பிடி அமைஞ்சிருக்கு. எனக்கு நல்லா நினைவிருக்கு. பதினைஞ்சு வருஷத்துக்கு முன்னால இதே மாதிரி பொங்கல். பிச்சையம்மாளும், புஷ்பவள்ளியும் வந்திருந்தாங்க.

அந்த வருஷம் வேற வேஷக்காரங்க அமையாததால செவ்வாய், புதன் ரெண்டு நாளைக்கும் சேர்த்தே பிச்சையம்மாள புக் பண்ணியிருந்தாங்க. புதன்கிழமை பகலெல்லாம் தீச்சட்டி, ஆயிரங்கண் பானை, சேத்தாண்டி வேஷம் அப்பிடி இப்பிடின்னு நேர்த்திக்கடனெல்லாம் முடிஞ்ச பெறகு, மேலத்தெரு நாயக்கமாரு தேவராட்டத்தோட அபிஷேகம் செஞ்ச பெறகு கரகாட்டம் ஆரம்பமாச்சு. மறுநாள் காலையில அஞ்சு மணிக்குத்தான் நல்ல நேரம். அதுக்கப்பறம் தான் மொளப்பாரி, கரகம் எல்லாம் கலக்கணும். அதுவரைக்கும் கரகாட்டம்தான்.

ஆட்டக்காரங்க வருவதற்கு முன்னாடியே வேதமாணிக்கம் ஒரு பாட்டம் வாசிச்சு முடிச்சுட்டான். பிச்சையம்மாளும், புஷ்பவள்ளியும் உள்ளே நுழையும்போது பலத்த கைதட்டல். தெய்வ கடாட்சம் நெறஞ்ச முகத்தோட பிச்சையம்மா எல்லாத்தையும் கும்பிட்டாள், நாதஸ்வரம், தவில், பம்பை, உறுமி, கிணிமிட்டி இப்பிடியாக எல்லா வாசிப்பாளரையும் கும்பிட்டு மண்ணைத் தொட்டு வணங்கி, கரகத்தைத் தூக்கி தலையில் வைத்து வணங்கி ஆடத் தயாரானாள்.

வேதமாணிக்கம் வாசித்தான். "தன னான னான னான னானை..." என்று நாதஸ்வரம் ஓசை எழுப்ப.... டுமட்ட டடீம்... டும்ட்ட டடிம் என்ற தவிலின் ஓசைக்குப் போட்டியாக கால் சலங்கை ஒலியை பரப்பிக் கொண்டு சகோதரிகள் ஆடினார்கள்... மஞ்சள் ஜிப்பாவும் பச்சைக் கரைபோட்ட வேட்டியும் பட்டுச் சால்வையை இடுப்பில் சுற்றிக்கொண்ட வேதமாணிக்கம் கொஞ்சங்கொஞ்சமாய்த் தனது ராஜாங்கத்தைத் திருவிழா கூட்டத்துல புகுத்தத் தொடங்கினான்.

இப்பிடி மும்முரமான ஆட்டத்திற்கு நடுவுல சின்னச்சாமித்தேவர் நுழைஞ்சாரு. வாசிப்பை நிறுத்திவிட்டு, வேதமாணிக்கம் அவரை வணங்கினான். பிச்சையம்மாளும் வணங்கினாள். பதிலுக்கு வணக்கம் சொல்லிட்டு மைக் முன்னாடி நின்னு, "இன்னக்கு புதுசா ஒரு

ஆட்டத்த நமக்கு இவங்க தரப்போறாங்க. பிச்சையம்மாள் நல்ல ஆட்டக்காரி வேதமாணிக்கமும் நல்ல கலைஞன். வேதமாணிக்கம் தில்லானா வாசிக்க, பிச்சையம்மாள் அதுக்கு ஆடப்போகுது. தயவுசெஞ்சு அமைதியா இந்த நிகழ்ச்சியக் கண்டுகளிக்க வேண்டுகிறோம்" என்று சொல்லிட்டு, தொங்கிட்டு இருந்த மைக்கை விட்டுட்டு அவரு போயிட்டாரு. பிச்சையம்மாள் வேதமாணிக்கத்தை ஒரு பார்வை பார்த்தாள். ஒன்னால முடியுமா? என்று கேட்பது போலொரு ரோஷத்தை உசுப்பி விடுகிற பார்வை. வேதமாணிக்கம் தன் குழுவினருக்கு சைகையால் உத்தரவு போட்டுவிட்டு வாசிக்க ஆரம்பிச்சான்

ஒரு பெரிய்ய ஆட்ட யுத்தமே ஆரம்பமாச்சு. பிச்சையம்மாள் சளைக் காமல் சுத்திச் சுத்தி ஆடினாள். கண்ணால பேசினாள்... விரல்களில் அபிநயம் புடுச்சு, கால்களில் தூள் பரத்தினாள்.

"பத்மினியே நேர்ல ஆடுற மாதிரி இருக்கு..."

கூட்டத்துல யாரோ டைமிங் கமெண்ட் அடிக்க.. புன்சிரிப்பால் நன்றி சொல்லி மீண்டும் மீண்டும் ஆடினாள். தவில் சத்தத்தோடு மேளநாதத்தின் ஓசைக்கு முகப் பாவனையும் விரல் அபிநயமும் பிடித்தாள்.

‘‘இவனென்ன வேதமாணிக்கமா? நாதமாணிக்கமா? தில்லானாவ சிவாஜிகணேசன் ஐந்து நிமிஷத்துல முடிச்சிட்டாரு. இவன் அம்பது நிமிஷத்துக்கு மேல போயும் நிறுத்துறதாத் தெரியலையே... அவன் வகுத்துல ராகங்களைக் கரைச்சா குடிச்சிருக்கான்... தாயோ....மகன் இந்த வாசிப்பு வாசிக்குறானே...’’ ஒரு கெட்ட வார்த்தையைச் சொல்லி நல்லையா வேதமாணிக்கத்தை பாராட்டிக்கொண்டே நிகழ்ச்சியை ரசித்தார். கண்ணை மூடி முழிக்க மறந்திட்டு கூட்டம் முழுக்க பிச்சை யம்மா மேலேயும் வேதமாணிக்கம் மேலேயுந்தான் கண் பதிச்சுக் கெடந்திச்சு. நேரம் நகர நகர ஜனங்களுக்கு ரசிப்புத்தன்மை மாறி ஒரு வகையான திகில் தன்மை வந்திருச்சு.

சினிமாவுல பத்மினி கால்ல ரத்தம் கசிய... சிவாஜி வாசிப்ப நிறுத்த அதே நேரத்துல ஒருத்தன் விஷக் கத்தி வீச... இப்பிடி ஏதாவது நடக்குமோ... இல்ல ரெண்டு பேருமே மயங்கி விழுவாங்களோ... வேடிக்கைப் பாத்துக்கிட்டிருந்த ஜனங்க பல மாதிரியான கணிப்புகளும், எதிர்பார்ப்புகளும் கலந்த வேதனையில் இருந்தாலும் பிச்சையம்மாளோ, வேதமாணிக்கமோ யாருக்கு யாரும் சளைக்கவில்லை அப்பிடிங்கிற எண்ணத்தில் இருந்த நேரத்துல தவில் வாசிச்ச சுப்ரமணி மயங்கி கீழே விழுந்துட்டான்.

சுப்ரமணி விழுந்த மாத்திரத்தில அவனைத் தூக்க மற்ற மேளகாரங்க விரைய, வாசிப்பு தடைபட.. சுற்றிச் சுற்றி ஆடிய ஆட்டத்தை நிறுத்த முடியாமல் பிச்சையம்மா தடுமாறி விழ... திருவிழா கூட்டமே அல்லோல கல்லோலப்பட்டுப்போச்சு. ஒரு மணி நேரம் கழிச்சு, மீண்டும் வந்த போது பிச்சையம்மாவை ஆட வேண்டாம்னு எவ்வளவோ சொல்லியும் மயில் வேஷம் போட்டு வந்து, புஷ்பவள்ளிய முருகனா நெனச்சு தூக்கிச் சுமந்துக்கிட்டு விடிய விடிய பிச்சையம்மா ஆடினாள்.

பதினஞ்சு வருஷத்துல எவ்வளவு மாற்றம்... நல்ல நாதஸ்வரக் கலைஞன் வேதமாணிக்கம் குடிச்சுக் குடிச்சே செத்துப் போயிட்டான். புஷ்பவள்ளிக்கு கல்யாணம் முடிஞ்சு அடுத்த வருசமே அவளும் போயிட்டாள். பதினைந்து வருஷமா எப்பிடியெப்பிடியோ பொழப்பு நடத்தி கடைசியில் பழைய தொழிலுக்கே பிச்சையம்மா வந்தாலும் பழைய மாதிரி இல்லை. யாரோ புதுசா ஒருத்தன் நாதஸ்வரம் வாசிக்கிறான். ரொம்ப சாதாரணம். அதுக்குக்கூட அவளால ஆட முடியல நின்னு நின்னு ஆடினாள். பழைய நெனப்பு மனசுல வந்துபோய் இருக்கணும்.

ஆடி ஆடிப்பாத்தா... முடியலே. வயதாகிப் போனதாலேதானா, வேற எதையும் தொலைச்சிட்டாளா,

ஒரு வழியாய் நேரம் நகர. சாமி தூக்கச் சென்றார்கள். வழியெங்கும் அவள் ஆடவேயில்லை. "பிச்சையம்மா ஆடு..... என்ன பேசாம வர்ற... ஆடாட்டி எப்பிடி துட்டு கெடைக்கும்..." இன்னும் என்னன்னமோ நா கூசும் வார்த்தையெல்லாம் வந்து விழுந்தது. கூட்டத்தைப் பார்த்தாள். பெரியவங்களைப் பார்த்தாள். பொங்கிவந்த கண்ணீரைத் துடைத்துக் கொண்டாள். பிச்சையம்மாள் யாரோடும் ஏதும் பேசாமலும் ஆடாமலும் கையைக் கையை மட்டும் ஆட்டிக்கொண்டே நேரத்தைக் கடத்தி நடந்தாள்.

அம்மன் பவனி முடிந்து, சாமி கோவிலில் உட்கார்ந்த பின்பு பிச்சையம்மாள் வேசம் கலைத்து வந்து சாமி கும்புட்டாள். கண்ணீர் மல்க அழுதுகொண்டே உருகினாள். திட்டுத்திட்டாய் இதயத்தின் அடியாழத்தில் படிந்திருந்த இயலாமையின் வேதனைகள் கண்ணீராய் கரைந்தன. பூசாரியின் காலில் விழுந்து வணங்கி விபூதி வாங்கினாள். ஊர்ப் பெரியோர்களின் கால்களிலெல்லாம் விழுந்து விழுந்து விபூதி வாங்கினாள். சின்னச்சாமித்தேவர் முன்நின்றாள். அவரைக் கூர்ந்து கண்ணீர் மல்கப் பார்த்தாள் கோவென்று கதறியவாறே அவர் தோளில் சாய்ந்தாள். வாக்கப்பட்ட இடத்தின் கொடுமையைத் தாங்கமுடியாமல் அழுகின்ற மகளின் முன்நிற்கும் இயலாமை நிறைந்த தந்தையைப் போல தேவரும் கண்ணீர் விட்டார். எல்லோரையும் கையெடுத்துக் கும்பிட்டுவிட்டு பிச்சையம்மாள் கிளம்பினாள்

"இந்தப் பாவி மகளுக்கு அந்தப் பய வேதமாணிக்கத்தை கல்யாணம் பண்ணனும்னு ஒரே ஆசை. ஒரே கிறுக்கு. அவன் மனசுலேயும் அந்த நெனப்பு இருந்திச்சு. ரெண்டு பேரும் தெறமையானவங்க. ஒருத்தர் மேல இன்னொருத்தருக்கு மரியாதை அதிகமாகி அது 'பழக்கத்துல' முடிஞ்சிருக்கு. அதனால தான் எந்த ஊருல ஆடக் கூப்பிட்டாலும் ரெண்டு பேரும் ஜோடியாப் போனாங்க. பதினஞ்சு வருசத்துக்கு முன்னாடி ரெண்டு பேரும் போட்டிபட பாட்டுக்கு ஆடுனாங்கில்ல... அன்னக்கி விடியக் காலையில ரெண்டு பேருமே எங்கிட்ட மனசொப்பிச் சொன்னாங்க. நானும் நிச்சயமா பேசி முடிக்கிறேன். அடுத்த பொங்கலுக்கு புருஷன் பொஞ்சாதியா வருவீகன்னு வாக்குக் குடுத்தேன். நானும்... எம்புட்டோ சொல்லிப் பாத்தேன். வாதாடிப் பாத்தேன். ஆனா வேதமாணிக்கத்தோட அப்பன் பிச்சையம்மாள கல்யாணம் முடிக்கக் கூடாதுன்னு ஒரேயடியா

சாதிச்சுட்டான். பிச்சையம்மா ஆட்டக்காரி. அவ ஆத்தாளும் அப்பிடித்தான். ஆட்டக்காரிக குடும்பத்துக்கு ஆகமாட்டாங்கன்னு சொன்னதோட, அக்கா மகளையே மகனுக்கு கட்டி வச்சிட்டான். இந்தப் பயமக பிச்சையம் மாளுக்கு கல்யாணமே ஆகலே.' ஒரு பயலும் பொண்ணுக் கேட்டு வரல. சும்மாவே ஆட்டக்காரிய கட்டுறதுக்கு யோசிப்பாங்க. இவளைக் கட்டுறதுக்குக் கடைசிவரைக்கும் யாருமே வரலே. இவுக ரெண்டு பேரும் சேந்து ஆடுன ஆட்டமும் நடத்துன கூத்தும் ஊரறிஞ்ச கதை யாச்சே... அதாலே...'' தேவர் சொல்லிக் கொண்டிருக்கும் போதே... திடீர்னு கரண்ட் நின்னிடுச்சு. திருவிழா பந்தல் முழுக்க மாவிளக்கு வெளிச்சம் ஜெகஜோதியாயிருந்தது. அது தற்காலிகமான வெளிச்சம்தான். இப்ப எல்லா மாவிளக்கும் ஒவ்வொன்றாய் வெளியேறிப் போயிருச்சு. பந்தல் முழுக்க மீண்டும் இருட்டு. இன்னும் கரண்ட் வரல. விடிய ரொம்ப நேரம் இருக்கு.

(1999 - செம்மலர், பொங்கல் மலர்)

3

பொம்மை(ய)சாமி...

எல்லாப் பங்காளிகளும், பங்காளி வகையறாக்களும் வந்து சேர்ந்துட்டார்கள். பொம்மையசாமி பெரிய கும்மிடும் தம்புரான் மாடு ஓட்டமும் களைகட்டியிருந்தது. மற்ற நாட்களில் சீந்துவாரற்றுக் கிடக்கும் செவக்காடு இன்று ஜெகஜோதியாக மின்னுகிறது. நாற்பதடி உயரத்தில் பொம்மையசாமி சீரியல் செட்டுகளில் தகதகத்து நிற்கிறார். ஒவ்வொரு நிமிசத்திற்கும் ஒவ்வொரு வாகனம்மீது காட்சி தருகிறார். மதுரையிலிருக்கும் ஒரு பங்காளி இந்த ஏற்பாட்டைச் செய்துள்ளார். ஒவ்வொரு பங்காளிக்கும் ஒரு பொறுப்பு. திருப்பூருக்குப் பஞ்சம் பிழைக்கப் போன பதினைஞ்சு பங்காளி குடும்பங்களும் மைக் செட், வாணவேடிக்கை, பந்தலுக்கான பொறுப்பை ஏற்றிருந்தார்கள். திருவிழாவுக்கு வரும் எல்லோருக்குமான சாப்பாட்டுச் செலவை சென்னையிலிருக்கும் பங்காளிகள் ஏற்றுக்கொண்டார்கள். அவர்கள் வரும்போதே சமையல்காரர்கள் சகிதமாக வந்து சேர்ந்தார்கள். நேரம் கூடக்கூட லைட் வெளிச்சமும், மைக்செட் சத்தமும் கூடிக்கொண்டே போனது. பரமசிவம் அங்கும் இங்குமாய் அலைந்து கொண்டிருந்தார். ஊருக்கும் தேனிக்குமாய் பத்து முறையாவது போய் வந்திருப்பார். பதினேழு வருசம் கழித்து, இப்போதுதான் பெரிய கும்பிடு நடக்கிறது.

கடைசியாக பெரிய கும்பிடு நடக்கும்போது பரமசிவம் முழு இளந்தாரி. காலேஜ் படித்துக் கொண்டிருந்தார். சாதி சனத்தில் படித்தவர் என்ற திமிரும் பெரிய வீட்டுப் பையன் என்ற கர்வமும் சேர்ந்திருந்த பருவம்.

முதல்நாள் இரவு தொடங்கி, மூன்றாம் நாள் வெளியூர் பங்காளிகளை வழியனுப்புவது வரையில் நடக்கும் பொம்மையசாமி திருவிழாவில் இரண்டாம் நாள் நடக்கும் கபாடிப் போட்டிதான் எதிர்பார்ப்பு நிறைந்தது.

எட்டு ஊர் பங்காளிகளும் கபாடிப் போட்டிக்குத் தயாராகி வருவார்கள். யார் ஜெயிக்கிறார்களோ அவர்களுக்கே கோப்பை. இந்தக் கோப்பையை ஒரு தடவை கூட பரமசிவம் ஊர்க்காரர்கள் வாங்கியது இல்லை.

''நம்மலே போட்டிய நடத்திட்டு கோப்பையையும் வாங்கிக்கிட்டா நல்லாவா இருக்கும்?... வாங்குறவங்க யாரு? நம்ம சாதி சனந்தானே...'' என்று சொல்லுவோரும் உண்டு.

''ஏளமாட்டாத வெளக்கெண்ணை.. என்னென்னமோ சாக்கு சொன் னானாம்.... போட்டியில ஜெயிக்கத் துப்பில்லை. கழுதை... விட்டுக் குடுக்குதாம் விட்டு'' என்று உசிப்பி விடுவோரும் உண்டு.

பரமசிவம் கல்லூரி அளவில் கபாடியில் கலந்துகொண்டு பரிசு பெற்றது அவர்கள் ஊர்க்காரர்களுக்குத் தைரியத்தைக் கொடுத்தது. எல்லோரும் பரமசிவத்தைப் பற்றியே பேச ஆரம்பித்தார்கள்.

''நம்ம பரமசிவம் காலேசளவுல பெரிய்ய ஆளாமே...''

''பெறகு... சும்மாவா..?''

''இந்த வருசம் புதூர்க்காரன்களை ஒரு கை பாக்கணும்.''

''ஒரு கையென்ன ஏழு ரெண்டா பதினாலு கையவும் ஒடிக்கலாம்பா... பரமசிவம் வந்துட்டான்ல...''

பலரும் பலவாக்கில் அபிப்பிராயம் சொல்லிக் கொண்டிருந்தார்கள். காலையிலும் மாலையிலும் அழகுத்தாய் டீக்கடையில் உட்கார்ந்தால் இதே பேச்சுதான். கபாடியை ரசிப்பதற்கும், கபாடியைப் பற்றிப் பேசு வதற்கும் ஒரு கூட்டம் எல்லா ஊரிலும் இருக்கும். கபாடி விளையாடும் இடங்களுக்கு மணல் அடித்துத் தருவது... கோடு போட்டுத் தருவது... தண்ணீர்க் கொண்டு வருவது போன்ற சிரமதானங்களை மிக மகிழ்ச்சி யோடு செய்து கொடுப்பார்கள்.

பரமசிவமும் தன் மீது கொண்டுள்ள நம்பிக்கையைக் காப்பாற்ற படாதபாடுபட்டு பயிற்சி செய்து கொண்டிருந்தான். கல்லூரியில் அவனுக்கு சீனியரான கடமலை சின்னக்கருப்பையாவை அழைத்து வந்து, நான்கு நாட்கள் பயிற்சி கொடுக்க வைத்தான். மாலை நான்கு மணிக்குத் தொடங்கும் பயிற்சி இரவு எட்டு மணிவரையில் லைட் வெளிச்சத்திலும் நடக்கும்.

அந்த வருசம் நடந்த பெரிய கும்பிடுக்குச் சொல்லி வைத்தால்போல எல்லாப் பங்காளிகளும் வந்திருந்தார்கள். கல்லூரிகளுக்கும் பள்ளிகளுக்கும்

விடுமுறை காலமாதலால் படித்துக்கொண்டிருந்த ஆண்களும் பெண் களுமாய் கலகலத்துக் கொண்டிருந்தார்கள். திருவிழாக்களுக்கு தங்கள் பிள்ளைகளை அழைத்து வருவதும், யார் யாரிடம் மாப்பிள்ளை உள்ளது? பெண் உள்ளது என்பதைத் தெரிந்து கொள்வதும், திருவிழா நடத்து வதற்கான காரணமாக இயல்பாகவே அமைந்து விடுகிறது.

இருட்டுக் கட்டிய பிறகு, பின்சாமத்திற்கு கொஞ்ச நேரத்திற்கு முன்பு பொம்மையசாமி கும்பிடுவது வழக்கம். சாமி கும்பிட்டு முடித்த பிறகு, பொம்மையசாமிக்கு மிகப் பிடித்தமான தம்புரான் மாடு ஓட்டம் நடக்கும். மருந்துக்குக் கூட வேத்து ஆள் நடமாட்டம் இல்லாத... வேத்தாள் நுழைய முடியாத... நுழைய பயப்படும் அளவுக்கான கட்டுப்பாடுகளோடு சாமி கும்பிடு தொடங்கும். ஊரை ஒட்டியும் ஒட்டாமலும் இருக்கும் பொம்மைய சாமிக் கோயில் முன்பாக எல்லோரும் திரண்டார்கள்

பெண்கள் குலவை போட... மேளம் முழங்க.... அர்த்த ராத்திரியில் மயிர்க் கூச்செரிய எல்லோரும் நின்றுகொண்டிருக்க.... பூசாரி உடம்பில் பொம்மையசாமி இறங்கி திங்கு திங்கென்று ஆடி.... ஆவேசங்கொண்டு கத்தி... வியர்த்து விறுவிறுத்து மேல்மூச்சு கீழ் மூச்சு வாங்கி சற்றே நின்று நிதானித்து... அருள் வாக்குச் சொல்லத் தொடங்கினார்.

‘‘வேத்துக் காத்து அடிக்குதடா...’’

‘‘கோயிலுன்னு இருந்தா நாலு நல்ல காலும் ரெண்டு கெட்ட காலும் மிதிக்கத்தானே செய்யும் சாமீ!’’

‘‘பழக்க வழக்கம் சரியில்லைடா... நாக்குச் சுத்தம்... மனசுச் சுத்தம் ரெண்டும் கொறையுதடா...’’

‘‘காலத்திற்குத் தகுந்த மாதிரி மாறித்தானே ஆகணும் சாமீ.. மாறாட்டி பொழக்க முடியாதே!’’

‘‘சொல்லுறதுக்கெல்லாம் பதிலு சொல்லாதீங்கடா... தாயோ...களா...’’

‘‘சாமி வாயில கெட்ட வார்த்த வரக்கூடாது... நீதி செத்திரும்!’’

‘‘மனசெக் கெடுத்திட்டு அலையாதீங்கடா மக்கா...’’

‘‘தப்புன்னா சொல்லுங்க சாமி திருத்திக்கிறோம்... எங்களைக் காப்பாத்த ஒங்கள விட்டா யாரு இருக்கா...?’’

‘‘மன்னிச்சுக்கோ சாமி... எங்களையும் எங்க பிள்ள குட்டிகளையும் காப்பாத்து சாமீ... காப்பாத்து சாமீ... காப்பாத்து சாமீ...’’ என்று சொல்லிக் கொண்டே ஒட்டுமொத்த சனமும் தரையில் விழுந்து கிடந்தது.

சாமி முன்னை விட ஆக்ரோசமாக ஆடியது. கண்ணை உருட்டி விழித்து... நாக்கை மடக்கிக் கடித்து... ‘ஹேய்ய்...’ என்று ஒரு அதட்டு அதட்டியது. அந்த சத்தம் மலங்காடெல்லாம் ஒலித்து நிசப்தம் கலைத்து, மீண்டும் நிசப்தம் செய்தது. அதிர்ந்து பேசாத... அப்பாவியான பூசாரி, அருள் இறங்கும்போது மட்டும் தனது இன்னொரு ரூபத்தைக் காட்டுகிறார். ஒவ்வொருவருக்குள்ளும் இது மாதிரியான பல ரூபங்கள் இருக்குபோல...

சாமியின் கோவம் கொஞ்சங்கொஞ்சமாய் குறையத் தொடங்கியது. தன்னை ஆசுவாசப்படுத்திக்கொண்டு, ‘‘நல்லா இருங்கடா மக்கா’’ என்று சொல்லி விபூதியை அள்ளி எல்லோருக்கும் பூசிவிட்டது.

இப்போது எல்லோரும் எழுந்து சாமியிடம் விபூதி வாங்கினார்கள். ஆண்கள், பெண்கள், குழந்தைகள் என எல்லோரும் விபூதி வாங்கி முடிக்க, கீழ்வானம் சிவந்து விடிந்தது.

தம்புரான் மாடு ஓட்டப்பட்ட பிறகு, பொங்கல் வைப்பதும் கிடா வெட்டுவதுமாய் காலை நேரம் கழிந்து கொண்டிருக்க... பத்து மணிக்கு மேல் நடக்கும் கபாடிப் போட்டியைக் காண கிடைத்த இடத்தில் தூங்கி எழுந்தார்கள்.

எட்டூர்களைச் சேர்ந்த அணிகளும் நான்கு ஜோடிகளாகப் பிரிக்கப்பட்டு விளையாடின. பரமசிவம் அணிக்குச் சமமாக மதிக்கப்பட்ட புதூர் அணி

முதல் சுற்றிலேயே மலங்காட்டு அணியிடம் தோற்று, ஆட்டத்திலிருந்து வெளியேறியது. 'ஆடு மேய்க்கிற பசங்க ஜெயிச்சிட்டாங்கடா...' என்று மொத்தக் கூட்டமும் ஆச்சரியப்பட்டது. பரமசிவம் அணிக்கு ஏகச் சந்தோசம். போனமுறை புதூர்காரங்கதான் ஜெயித்து பரிசு வாங்கினாங்க. ''நீங்ககல்லாம் பீ திங்கத்தாண்டா லாயக்கு... புதூர்க்காரனை மோளச் சொல்லி, அவங்க மூத்திரத்தக் குடிங்கடா... எரும மாடுகளா...'' என்று பரமசிவத்தின் அய்யா ஏகத்திக்கு அசிங்கமா பேசிட்டுப் போயிட்டார். பெரிய கும்பிடு நடந்து பத்து நாள் வரைக்கும் யாரும் இயல்புக்கு வரலை. கபாடி விளையாண்ட அத்தனை பேருக்கும் சாப்பிடும் போதும், தண்ணி குடிக்கும் போதும் பரமசிவம் அய்யா சொன்ன வார்த்தைகள் நினைவு தட்டியது.

எப்பிடியாவது புதூர்காரங்களை ஜெயிக்கணும் என்பதுதான் பெரிய்ய கௌரவப் பிரச்சினையாக இருந்தது. ஆனால் அதற்கெல்லாம் வேலை யில்லாதது போல புதூர் அணி எடுத்த எடுப்பிலேயே வெளியேறி விட்டது.

கிட்டத்தட்ட கோப்பை கைக்கு வந்துவிட்ட சந்தோசத்தோடு உடம் பில் மண் ஒட்டாமல் விளையாடினார்கள். மலங்காட்டு அணியும் ஏதோ குருட்டுத்தனமான வெற்றியைப் பெறவில்லை என்பதை நிரூபித்துக் கொண்டு முன்னேறியது.

''ஆடு மேய்க்கிற பயலுகளுக்கும் காலேசு படிக்கிற பயலுகளுக்கும் பைனலா...?'' என்று எகத்தாளமாகச் சொல்லிக் கொண்டிருந்தார்கள். ஒவ்வொரு முறையும் மலங்காட்டு அணியினர் பாடிப்போகும்போது, ''ஆட்டைப் பத்துற மாதிரியே போறாங்கடா...'' என்று கிண்டல் செய்து கொண்டிருந்தார்கள்.

இடைவேளை வரையில் நீ முந்து... நான் முந்து... என்று முன்பின் னாகத்தான் வந்தார்கள். ஜனங்களின் நம்பிக்கை பரமசிவம் அணியின் மீதுதான் இருந்தது. ''சும்மா விட்டுப் பிடிக்கிறாங்கடா.. பைனல்ல ஒரு விறுவிறுப்பு இருக்கணுமில்லை... பரமசிவம் போனா எல்லாத்தையும் அள்ளிக்கிட்டு வந்துருவான்பாரு...'' என்று சொல்லிக்கொண்டிருக்கும் போதே பரமசிவம் பாடிப்போனார்.

எதிரணியில் ஏழுபேர் இருக்கும்போது சர்வ சாதாரணமாக மேலேறி போனஸ் கோட்டைத் தொடுவது பரமசிவத்தின் வழக்கம். இம்முறை பரமசிவம் போனஸ் கோட்டைத் தொட்டவுடன் நடுவர் போனஸ் புள்ளியை தனது பெருவிரல் தூக்கி அறிவிக்க ஏகத்திற்கும் கரகோஷம். மேலும் மேலும் புள்ளிகள் எடுக்கும் நோக்கத்தோடு இடது பக்கமும் வலது

பக்கமும் மாறிமாறி ஏறி பாடிக்கொண்டிருந்த பரமசிவம், எதிர்பாராமல் நடுப்பகுதியில் ஏற... கண்ணிமைக்கும் நேரத்தில் ஏழு பேரும் ஒட்டு மொத்தமாக வட்டமிட்டு பரமசிவத்தை போனஸ் கோட்டிலேயே கோழிக் குஞ்சை அமுக்குவதுபோல அமுக்கி விட்டார்கள்.

அப்போது வெளியேறிய பரமசிவத்தைக் கடைசி வரையில் உள்ளே அழைக்க முடியவில்லை. மலங்காட்டு அணியினர் லாவகமாய் தடுப் பாட்டம் ஆடிக்கொண்டே தங்களின் புள்ளிகளை உயர்த்திக் கொண் டார்கள். பரமசிவம் மீண்டும் உள்ளே நுழைய முடியுமா? அப்படியே போனாலும் ஜெயிக்க முடியுமா என்ற திக் திக் நிலையில் இருந்தபோது தான், ராமராஜ் ரூபத்தில் அந்த கோரச் சம்பவம் நடந்தது.

எல்லைக்கோடு போடுவதற்காக வைத்திருந்த சுண்ணாம்புத்தூளைப் பையோடு தூக்கி, மலங்காட்டு அணியினர் மீது கொட்ட... சுண்ணாம்புத் தூள் பட்டதால் பாவம் பசங்கள் துடிதுடித்துப்போக... கூட்டம் கல கலத்து ஓடி, பின் சுதாரித்து என்ன நடந்தது என யோசித்து... "அடத் தாயோ......களா.... ஓங்க ஈன புத்தியக் காட்டிட்டீங்களே..." என்று மலங்காட்டுக்காரர்கள் கூச்சல் போட... எல்லா ஊர்க்காரர்களும் அடித்த அடியில் ராமராஜ் மூச்சுப் பேச்சில்லாமல் கிடக்க, "ராமராஜை மலங் காட்டுக்காரங்க கொன்னுட்டாங்க..." என்ற வதந்தி பரவி, யார் யாரை அடிப்பது என்று தெரியாமல் எல்லோரும் அடித்து. அடிவாங்கி... ஊரே ரத்தக் களறியானதைப் பொம்மையசாமி மட்டும் மௌன சாட்சியாய் பார்த்துக் கொண்டிருந்தார்.

தன்னுடைய வாரிசுகள் ஒருவரையொருவர் அடித்துக் கொண்டி ருப்பதை யார் மீது அருளிறங்கிச் சொல்வது? பொம்மையசாமி அருள்தர மாட்டாரா... என ஏங்கியபோது மௌனம் காத்தவர், இப்போது அருளி றங்கத் துடிக்கிறார். ஏற்றுக்கொள்ள நாதியில்லை. மெய்யாகவே சாமி கல்லாகிப்போனது.

பதினேழு வருடங்கள் முடிந்துபோனது. பூசாரி செத்து, ராமராஜ் செத்து, பரமசிவத்தின் அய்யா செத்து, ஒரு தலைமுறையே செத்துப்போய்... ஆடு மேச்சவன், மாடு மேச்சவன், விவசாயம் செய்தவன், கல்லூரியில் படித்தவன் என எல்லாப் பங்காளிகளும் திசைக்கொருவராய் சிதறிப் போனார்கள்.

பிறந்த ஊர்விட்டுப் பஞ்சம் பிழைக்க, காடே பரதேசமென்று புறப்பட்டுப் போகும் ஒவ்வொருத்தனும் மறக்காமல் பொம்மையசாமியிடம் வந்து பிடிமண்ணும் விபூதியும் எடுத்துக்கொண்டு போவார்கள். போகிறவர்கள்

எல்லோருமே கண் கலங்கி சொந்த பந்தங்களை விசாரித்து விட்டுச் செல்வார்கள். எப்போதாவது சொந்தவூர் பக்கம் கல்யாணம், காதுகுத்து, எழவு என்று வரும்போதெல்லாம், ''எல்லாரும் ஒண்ணு சேர்ந்து கும்பிட வாய்க்கலையே பொம்மையசாமி...'' என்று பெண்கள் அழுது முறையிட்டுச் செல்வார்கள்.

பழசை மறந்து பெரிய கும்பிடு நடத்த வேண்டும் என்பதில் ஊருக்கு நாலுபேருக்காவது ஆசை இருக்கத்தான் செய்தது. அது பல்கிப்பெருகி எல்லோருக்குமான ஒருமித்த கருத்தாக பதினேழாண்டுகளாகி விட்டது. இதில் பரமசிவத்தின் பங்கு மிகப் பெரியது. ''மனுசன் இந்த ரெண்டு வருசமாத் தூங்கலையேடா... எப்பப் பார்த்தாலும் பொம்மையசாமி... பொம்மையசாமி... பொம்மையசாமின்னு தானே கெடந்தான். ஊரூராய்ச் சுத்தி எல்லாத்தையும் பேசி... சம்மதிக்க வச்சு... நாள் குறிச்சு, காப்புக்கட்டி... யே...யப்பா எம்புட்டு வேலை? கம்மாக்கரையில் உக்காந்து வெளிக்குப் போறப்பக்கூட செல்போனுல, 'நீங்க என்ன செய்யீறீங்கன்னு' தானே கேட்டான். நல்ல ஒழைப்பப்பா.. ஒழைப்புக்குப் பலன் கெடைக்கணும்'' என்று அழகுத்தாய் டீக்கடையில் உட்கார்ந்து பாப்பையா சொல்லுவார்.

ஒரு சிறு அசம்பாவிதம்கூட நடந்துவிடக் கூடாது என்பதில் பரமசிவம் கவனமாய் இருந்தார். 'இந்த வருசம் கபாடிப் போட்டி வேண்டாம்' என்று ஒதுக்கினார். ''நாடகமெல்லாம் யாரு பாப்பா?'' என்று சிலர் மலைத்தபோது, ''ஆடலும் பாடலும் ஏற்பாடு செய்யலாம்'' என்றார்.

பொம்மையசாமி முன் கூட்டம் கூடியது. நேரமாக ஆக ஒருவகையான நிசப்தம் நிலவியது. அருள் இறக்குவதற்காக மேளம் தட்டினார்கள். பெண்கள் பக்கமிருந்து குலவை வந்தது. யாரோ நான்கு பேர் மட்டும் விட்டு விட்டு தொண்டை கட்டிய குரலில் சத்தமிட்டனர். திருப்பூருக்குப் பஞ்சம் பிழைக்கப் போயிருந்த பூசாரியின் மகன்மீது அருள் இறங்கியது. ஒரு உலுப்பு உலுப்பி ஆடியவன், அருள் சொல்ல முடியாமல் விக்கி விக்கி அழுதான். ''சாமீ... குத்தம் செஞ்சுட்டோம் சாமி... எங்களை மன்னிச்சு ஏத்துக்கிடணும்'' என்று நெடுஞ்சாண்கிடையாக எல்லோரும் தரையில் விழுந்தனர். நீண்டநேரமாக பூசாரியின் மகன் உடல் நடுங்கி நிற்பதும் விக்கி விக்கி அழுவதுமாய் இருந்தானே தவிர, அருள் சொல்லவில்லை. அந்த இரவு நேரத்தில் எங்கும் நிசப்தம் நிலவி, அது நீண்டு கொண்டிருந்தது. 'கோட்டுப்' போட்டவன், 'சூட்டுப்' போட்டவன், 'குண்டு' போட்டவனெல்லாம் நோஞ்சான் பூசாரி மகனின் வார்த்தைக்காக ஏங்கிக் கிடந்தனர்.

‘‘அருள் குடுக்காட்டியும் பரவாயில்லை... எங்களை மன்னிச்சு விபூதி போட்டு, சக்திக் குட்டி வெட்ட உத்தரவு குடு சாமீ...’’ என்று பூசாரியின் காலில் விழுந்து நிலைமையைப் பரமசிவம் சமாளித்தார்.

எல்லோரும் விழுந்து விழுந்து கும்பிட்டு விபூதி வாங்கினார்கள். விபூதி வாங்கி முடித்ததும் தம்புரான் மாடு ஓட்டப்பட்டது. பிறகு ‘சக்திக்குட்டி’ வெட்டினார்கள். சமையலுக்கான பொதுக்கிடாய்கள் வெட்டப்பட்டன. ஒரு பக்கம் கிடாய் வெட்டுவதும் மறுபக்கம் வெட்டிய கிடாய்களை உரிப்பதுமாக அந்த செங்கமங்கலான நேரம் கவிச்சி வீச்சமெடுத்துக் கொண்டிருந்தது. அண்டா அண்டாவாக கறியும் சோறும் தயாராகிக் கொண்டிருந்தது. சாமி தரிசனம் முடிந்து ஒரு பக்கம் தூங்குபவர்களும், மறுபக்கம் குளிப்ப வர்களும், சொந்த பந்தங்களிடம் நலம் விசாரிப்பவர்களும், பிள்ளை களுக்கு வரண் பார்ப்பவர்களுமாய் அந்த இடமே சந்தோசக் களை கட்டியிருந்தது.

காலை ஒன்பது மணிக்கெல்லாம் கறியும் சோறும் தயாராகி அன்னதானம் தொடங்கியது. ரெண்டாயிரம் பேருக்கு ஏற்பாடு செய்யப்பட்டிருந்த உணவைப் பரிமாறத் தொடங்கினார்கள். ஒரு பந்தியில் ஐநூறு பேராவது உட்காரலாம். பந்தியில் வெளியூர்க்காரர்களுக்கும், பெண்களுக்கும், குழந்தைகளுக்கும் முன்னுரிமை தரப்பட்டது. பந்திகளில் எச்சில் இலை எடுத்துப்போடுவதற்கு ஒவ்வொரு பந்திக்கும் ஒவ்வொரு ஊர்ப் பங்காளிகள் நேர்ந்திருந்தனர். ஒவ்வொரு ஊரின் பெரிய தலைகள் வரும்போதெல்லாம் பரமசிவம் வளைந்து குனிந்து பவ்யம் காட்டி வணங்கினார். சாப்பாடு முடித்துத் தூங்கி எழுந்து, சாயங்காலம் ஆடலும் பாடலும் பார்க்கத் தயாரானார்கள்.

ஆடலும் பாடலும் நடப்பதை, மைக்செட்காரர் தெரிவித்தார். ஒட்டுமொத்த கூட்டமும் ஆடல் பாடல் பார்க்கப்போனது. பங்காளிகளின் வாலிபப் பிள்ளைகளின் வேண்டுகோளுக்கிணங்க ஆடவந்த நடிகைகள், ‘ஏற்ற இறக்கங்களோடு’ ஆடினார்கள் பெரியவர்கள் முகம் சுளித்த போதெல்லாம் பவ்யம் குறையாமல் பக்கத்தில் சென்று வளைந்து குனிந்து, ‘‘எளந்தாரிப் பிள்ளைக சந்தோசமா பார்க்க விரும்புறாங்க... நடக்கட்டுமே... ஊரு ஒலகத்துல நடக்காததா...?’’ என்று சமாதானம் சொன்னார்.

யாருக்கெல்லலாம் ‘தாகம்’ எடுக்கிறதோ... அவர்களின் குறிப்பறிந்து அதற்கும் ‘ஏற்பாடு’ செய்திருந்தார். ஆட்டம் பாட்டம் எல்லாம் முடிந்து, ஆடியவர்கள் வெளியேற, ஆட்டம் பார்த்தவர்கள் தூங்கப்போக எல்லாமே நல்லபடியாக முடிந்தது.

மறுநாள் காலையில் வெளியூர் பங்காளிகளை வழியனுப்புதல் நடந்தது. ஒரு தலைக்கட்டுக்கு ஒரு கரும்பு, ஒரு தேங்காய், ஒரு மாவுருண்டை என மஞ்சள் பையில் போட்டு வைத்திருந்தார்கள். உள்ளூரில் உள்ள பங்காளிகள் வெளியூர் பங்காளிகளின் எண்ணிக்கைக்குத் தகுந்தவாறு பகிர்ந்து தந்தார்கள்.

திருவிழாவை முன்னின்று நடத்தியவர்களுக்கு வெளியூர் பங்காளிகள் மரியாதை செய்வது மரபு. ஒவ்வொரு ஊர் சார்பாகவும் பரமசிவத்திற்கு சால்வை போர்த்தினார்கள். எல்லோரும் பரமசிவத்தைப் பாராட்டினார்கள். பரமசிவமும் புன்னகை மாறாமல் எல்லோருடைய மரியாதையையும் ஏற்றுக்கொண்டு, திருவிழாவை சிறப்பாக நடத்த உதவி செய்ததற்காக சால்வை போர்த்தி நன்றி சொன்னார். ‘‘பரமசிவம் நாலு வார்த்த பேசப்பா...’’ என்று புதூர்காரப் பெரியாம்பிளை சொன்னார்.

இந்த சந்தர்ப்பத்திற்காகவே காத்திருந்தவர் போல பரமசிவம் தொண் டையைக் கணைத்து, துண்டை சரிசெய்து, மைக் பிடித்துப் பேசத் தொடங்கினார். ‘‘எல்லாம் நல்லபடியா முடிஞ்சது. அதுக்கு ஒங்களுக்கு என்னோட மனமார்ந்த நன்றி. பொம்மையசாமி பரம்பரை எங்க இருந்தாலும் ஒத்துமையா இருக்கணும். ஒத்துமையா இருப்போம். நம்ம பிள்ளைகள் இப்ப படிப்படியா முன்னேறிக்கிட்டு இருக்காங்க. நாம முன்னேறணும். நாம ராஜாங்கம் பண்ணுறதுக்குத் தகுதியானவங்க. இதுல யாருக்கும் மாற்றுக் கருத்து இருக்க முடியாது... இருக்கவும் கூடாது’’ என்று சொல்லி நிறுத்தினார். எல்லோரும் அவரது கருத்தை ஏற்றுக்கொள்வது போலொரு முகப்பாவனையில் அமைதியாக இருந்தனர். தகுந்த இடைவெளி விட்டு மீண்டும் பேசத் தொடங்கினார். ‘‘வார்ற தேர்தல்ல எங்க கட்சியில எனக்கு இந்தத் தொகுதியில போட்டியிட வாய்ப்புத் தார்றாங்க... ஏறக்குறைய எல்லாப் பேச்சுவார்த்தையும் முடிஞ் சிருச்சு. இந்த ரெண்டுநாளா காட்டுன ஒத்துமை ஆர்வத்தை நீங்க தேர்தல்லயும் காட்டுவீங்கன்ற நம்பிக்கை எனக்கிருக்கு. அதுமட்டும் பத்தாது. செலவுக்குப் பணம் தேவைப்படுது. அதுக்கும் ஏற்பாடு செய்ய ணும். நம்ம சனத்துல ஒருத்தர் அரசியல்ல பெரிய லெவலுக்கு வரணும்ற ஆசை எல்லாத்துக்குள்ளேயும் இருக்கு. அது நானா இருந்தா ஒங்களுக்கு சந்தோசம் தானே...’’ என்று பலனும் பலன் சார்ந்த நன்மை பயக்கும் வார்த்தைகளைத் தேர்ந்தெடுத்துப் பேசிக்கொண்டே சென்றார்.

பரமசிவம் அரசியல் பேசுறதை உள்ளூர்காரங்களோட சேர்ந்து பொம்மையசாமியும் பார்த்துக் கொண்டிருந்தது. இப்போது மட்டுமல்ல... அன்னக்கி ராமராஜ் சுண்ணாம்புத் தூளைக் கொட்டும்போதும்தான்...

(கல்கி நினைவு சிறுகதைப்போட்டி - 2010 மூன்றாம் பரிசு பெற்றது)

4

காடெனப்படுவது யாதெனில்...

கண்ணுக்கு எட்டிய தூரம் வரையில் மணலாய் காட்சியளித்தது அந்த ஆறு. நீரோடிய தடம் எதுவுமில்லாமல் தெற்கு வடக்காய் நீண்டு கிடந்த ஆற்றின் மேற்குக் கரையின் அடியில் நிழல் இருந்தது. பெயர் தெரியாத பறவைகளின் சத்தம் தவிர்த்து, ஏதுமில்லா நிசப்தமான மாலை நேரம். சுதந்திரனும், கோவிந்தனும் பேசிக்கொண்டே மணலில் நடந்தார்கள்.

‘‘இந்த ஆத்துல எப்பெல்லாம் தண்ணி வரும்?’’ சுதந்திரன் கேட்டார்.

‘‘முன்னெல்லாம் ஏப்ரல், மே மாதம் தவிர்த்து எல்லா மாதமும் தண்ணி வரும். இந்த பத்து வருசமா கொஞ்சங்கொஞ்சமா கொறஞ் சிடுச்சு.’’ கோவிந்தன் சொன்னார்.

ஒன்றும் பேசிக்கொள்ளாமலேயே நடந்தார்கள். அது ரம்மியமான சூழல். இரண்டு மலைகளுக்கு நடுவில் மார்க் பேனாவால் கோடு போட்டது போல் அந்த ஆறு இருந்தது. மலைச்சரிவில் தான் பெரும்பாலான வீடுகள் இருந்தன. இந்தப் பகுதியில் உள்ள பெரும்பாலான கிராமங்கள் இப்படித் தான் இருந்தன. மலையையும், ஆற்றையும் எல்லையாக வைத்தே ஊர்கள் இருந்தன.

சுதந்திரன் இந்த ஒன்றியத்திற்கு உதவித் தொடக்கக்கல்வி அலுவலராக வந்துள்ளார். கடந்த இரண்டு மாதங்களாக இந்த ஒன்றியம் முழுவதும் சுற்றி வந்தார். அலுவலக வாகனத்தில் பயணம் செய்யும்போது வளைந்தும் நெளிந்தும் மணலாய் கிடக்கும் ஆற்றைப் பார்ப்பார். காலார இதில் நடக்க நினைத்து நினைத்து இன்றுதான் வாய்ப்புக் கிடைத்துள்ளது. கோவிந்தன் ஓய்வுபெற்ற ஆசிரியர். சுதந்திரன் குடியிருக்கும் வீட்டின் உரிமையாளர்.

''இந்த ஆற்றின் ரெண்டு கரையும் நெறஞ்சு வெள்ளம் போனால் பார்க்க நல்லா இருக்குமில்ல'' சுதந்திரன்தான் மௌனத்தைக் கலைத்தார்.

''நாங்க வந்த புதுசில வெள்ளம் போச்சு. அப்புறம் 1994-ல் ஒரு பெரிய வெள்ளம் போச்சு. அதுக்கப்புறம் பெரிய மழை பெய்யல. போன வருசம் மழையில்லாததால ஐப்பசி மாசமே ஆறு வறண்டு போச்சு.''

''நீங்க இங்க குடி வந்து எத்தன வருசமாச்சு?''

''20 வருசமாச்சு!''

''உயரமான மலைகள், செழிப்பான பூமி, இயற்கை அழியாம இருந்திருந்தா பார்க்க ரம்மியமா இருக்குமில்லே...''

கோவிந்தன் ஒன்றும் பேசவில்லை. இருவரும் நடந்து கொண்டிருந்தார்கள். மணலின் குளுமையும், வெய்யிலில்லா சூழலும் இதமாய் இருந்தது. கொஞ்ச தூரத்தில் ஒரு பெரியவர் ஆடு மேய்த்துக் கொண்டிருந்தார். ஏதோ ஒரு பாடலை லேசாய் முணுமுணுத்துக் கொண்டிருந்தார். என்ன பாடல் என்று தெரிந்துகொள்வதில் சுதந்திரன் ஆர்வம் காட்டினார்.

பக்கத்தில் செல்லச்செல்ல பாடலில் சில வரிகள் மட்டும் கேட்டது. ''காட்ட அழிச்சதாரு.... கால மழை மறிச்சதாரு...'' என்ற வரிகள் மட்டும் காதில் விழுந்தன. அவரோடு பேச வேண்டும் என்ற எண்ணம் சுதந்திரன் மனதில் தோன்றியது. கோவிந்தனிடம் சொன்னார். ''இந்த பெரியவர்கிட்ட கொஞ்சம் பேசலாமே...''

''தாராளமா பேசலாம். அவரு எனக்கு தெரிஞ்சவருதான்.''

இருவரும் அவருக்கு அருகில் சென்றார்கள்.

''அய்யா... நல்லா இருக்கீங்களா?''

''என்னத்தவோ இந்த ஆடுகள ஓட்டிக்கிட்டு காலத்த நகட்டிக்கிட்டு இருக்கேன். வாத்தியார் ரெம்ப நாளா இந்தப் பக்கம் காணலயே... ஊருக்குப் போயிட்டீங்களா? அய்யா யாரு? புதுசா இருக்காங்களே...''

''மக வீட்டுக்குப் போயிருந்தேன்'' என்று சொல்லிவிட்டு, சுதந்திரனைக் காட்டி, ''சாரு நம்ம ஊருக்கு வந்திருக்குற கல்வி அதிகாரி'' என்றார்.

சுதந்திரன் வணக்கம் சொன்னார். பெரியவரும் வணக்கம் சொன்னார். பொதுவான விசாரிப்புகளுக்குப் பிறகு, சுதந்திரன் தொடர்ந்தார்.

''இந்த மலைகள் எல்லாம் ஓங்களுக்கு வெவரம் தெரிஞ்ச நாள்ல இருந்தே இப்பிடித்தான் மொட்டையாக் கெடக்குதா?''

"இல்லைங்கய்யா.. இது எப்பிடிப்பட்ட பூமியின்னு என்னோட வயசுக்கு மேல இருக்குறவங்களுக்குத்தான் தெரியும்."

"எப்பிடிப்பட்ட பூமி?"

"வருசநாட்டுக்குப் போனா வச்ச எடத்தச் சொல்லிட்டுப் போன்னு ஒரு சொலவடை சொல்லுவாங்க. இதுக்கு அர்த்தம் என்னன்னா... இங்க வந்து நொழஞ்சு, பெறகு தெச கண்டு புடுச்சு, வெளியேறுறது முடியாத காரியம். மரமுன்னா மரம் அவ்வளவு மரம்."

"என்ன வகையான மரம் நிறைய இருந்துச்சு?"

"தேக்கு, மருது, தோதகத்தி, வாகை, மா, அரசு இப்பிடி நெறய இருந்துச்சு. நாங்கெல்லாம் கெழக்குச்சீமையில இருந்துதான் இங்க வந்தோம். நாங்க வர்றப்ப எனக்கு பத்து வயசு."

"இப்ப எத்தன வயசு?"

"என்ன ஒரு எழுவது, எழுவத்தஞ்சு இருக்குமா? நான் பெறந்து ரெண்டு வருசங்கழிச்சுத் தான் தாது வருசம் வந்திச்சு. அதுக்கப்பறம் ஒரு தாது வருசம் பாத்துட்டேன். என்னோட வயசு என்னன்னு கணக்குப் போட்டுக்கோங்க."

"எழுபது நெருக்கி இருக்கும்" என்றார் கோவிந்தன்.

"நாங்க குடி வந்த காலத்துல மயிலாடும்பாறைக்குத் தெற்க ஊருகளே இல்ல. ஆத்துல தண்ணி வத்தாம போகும். மழை காலத்துல குடிக்கக் கூட மேடு இருக்குற எடத்தப்பாத்துத் தான் ஊத்துப்போட்டு தண்ணி மோப்பம்."

"அடி கொழாய், கெணறு இல்லையா?"

"இதெல்லாம் முப்பது வருசத்துல வந்தது. நான் சொல்லுறது அம்பது வருசத்துக்கு முந்தி. அப்ப கரண்டே கெடையாது. நாங்க குடி வந்த புதுசுல ஒரு ஆட்டுக்கார மொதலாளி கிட்ட ஆடு மேய்ச்சேன். கோடை காலத்துல ஆத்துக்கு மேற்க மேய்க்கப் போவோம். மழை காலத்துல ஊர ஒட்டியிருக்குற மந்தக் கரட்டுலதான் மேய்ப்போம்."

"ஆத்தக் கடந்து போக மாட்டீங்களா?"

"போவோம். அப்பிடிப் போனா வெள்ளம் வர்றதக்கு முன்னால ஆத்தக் கடக்கணும். இல்லையின்னா வெள்ளம் வடியிற வரைக்கும் வீராளம்மா

கோயில் முன்னாடி ஆட்ட அமர்த்திட்டு இருப்போம். தண்ணி வடிஞ்சதும் கரை கடந்து வருவோம். இப்பிடித்தேன் ஒரு நாள் ஏழுசுனைக் காட்டுக்கு மேய்க்கப் போயிருந்தோம். நாங்க போனது மழக்காலம். காடு கரையெல்லாம் விவசாயம் நடந்திட்டு இருந்த நேரம். மலையில தான் மேய்ச்சாகணும். அன்னக்கி நாங்க மேய்ச்சிட்டு இருந்தப்ப திடீர்னு மழை புடுச்சு ஊத்துது. மழையின்னா மழை அப்பிடியொரு மழை. வானம் பொழந்து தண்ணி விழுகுற மாதிரி. கண்ணை முழிக்கவே முடியலை. மழையோட நனைஞ்சுக்கிட்டே ஆட்ட ஓட்டிக்கிட்டு வேகவேகமா வந்தா... கசாய் வெள்ளையத்தேவர் காட்டுக்குப் பக்கத்துல நாயடிச்சான் ஓடையில வெள்ளம் எங்கள மறிச்சுடுச்சு.''

''அப்புறம்?''

''அந்த ஓடையக் கடந்து அவதி அவதியா வந்தாத்தான் ஆத்தக் கடக்க முடியும். தண்ணியின்னா தண்ணி அம்புட்டுத் தண்ணி. ஓராளு மட்டத்துல குதியாளம் போட்டுக்கிட்டுப் போகுது. மழையும் கண்ண முழிக்க விடாம சட்டடியாப் பெய்யிது. 'எலே யாரும் எறங்காதி கடா'ன்னு சொல்லிக்கிட்டு இருக்கிறப்ப, காவக்கார பவுனு மகன் தன்னோட ரெண்டு மாட்டையும் ஓட்டிக்கிட்டு தண்ணியில எறங்கிட்டான்.''

''அடப்பாவமே!''

''தண்ணிக்குள்ள ரெண்டு எட்டு வச்சான். இடுப்புக்கு மேல தண்ணி ஏறிடுச்சு. அடுத்த எட்டு வக்கிறதுக்குள்ள தண்ணி இவன உருட்டிருச்சு. கண்ண மூடி முழிக்கிற நேரத்துல பையன் சுதாரிச்சு மாட்ட ரெண் டையும் விட்டுட்டு ஆள் தப்பிச்சாப் போதுமின்னு நீந்திட்டான். நீந்தி கரையோரம் தொங்கிட்டு நின்ன கணுப்பாள மரத்தோட வேரைப்பிடுச்சு தப்பிச்சுட்டான்.''

''மாடுகள்?''

''மாடுக போனது போனதுதான். ஒரு மாடு சேவக்கட்டுப் புளியமரத்துக் கரையில ஒதுங்கிக் கெடந்துச்சு. இன்னொன்னு குண்ணூர் பக்கத்துல கூட்டாத்துக்கிட்ட ஒதுங்கிக் கெடந்துச்சு.''

''விவசாயமெல்லாம் எப்பிடி?''

''போட்டது வெளையிற மண்ணு. சங்கிலித் தொடர் மாதிரி மலைக இருந்தாலும் அங்கங்க இருக்குற சமவெளியில விவசாயம் நடக்குது. நாங்க வர்றதுக்கு முன்னாடியே நெறைய பேரு இங்க வந்துட்டாங்க. முள்ளாக் கெடந்த பூமிய எங்களுக்கு முந்தி வந்தவங்க நெறிஞ்சி தடவி, புஞ்சக்காடா மாத்தினாங்க. மானாவாரி பருத்திக்காட்டுக்குள்ள ஆளு நொழஞ்சாத் தெரியாது. அம்புட்டு வளத்தி, ஒரு செடியில மட்டும் ஒரு மடி பருத்தியிருக்கும். சாமை, தினை, கம்பு, கேப்பை இப்பிடி கஞ் சிப்பாட்டத் தீர்க்குற வெள்ளாமையும் இருக்கும். வீட்டுக்கு வீடு தவச தானியம் கொட்டிக்கெடக்கும்.'' ஆட்டுக்காரர் பழைய நினைவுகளைச் சொல்லிக் கொண்டிருந்தார்.

மாலை கொஞ்சங்கொஞ்சமாக மசங்கிக் கொண்டிருந்தது. ஆட்டுக்கார சிறுவன் ஆடுகளை ஒன்று சேர்த்து ஓட்டத் தொடங்கினான். பெரியவரும் கிளம்ப ஆயத்தமானார். சுதந்திரனும், கோவிந்தனும் அவர்களுடன் பேசிக்கொண்டே நடந்தார்கள்.

''இங்க இருந்த மரங்கள யாரு வெட்டுனாங்க?''

''அது பெரிய கதை. முப்பது வருசத்துக்கு முந்தி கூப்பு வெட்டுறதுக்கு கேரளாவுல இருந்து ஒரு கூட்டம் வந்துச்சு. அவங்க மொதமொத ஒடங்கல்லுக்கு தெற்க சந்தனக்காவுல மரம் வெட்டுனாங்க. அவங்க வந்தப்ப ஆத்துக்குத் தெற்க நல்ல பாதையில்ல. மரம் வெட்ட வந்தவங்க மொதல்ல ரோடு போட்டாங்க. பெறகு மரம் வெட்ட வேலைக்கு ஆள்

புடுச்சாங்க. ஊருக்குள்ள இருந்த ஆடு களவாணி, கோழி களவாணி, பருத்தி களவாணியெல்லாம் மரம் வெட்டப்போயிட்டாங்க.''

''மரம் வெட்டுற எடத்துக்கு நீங்க போனீங்களா?''

''நான் போகல. அங்க போயிட்டு வந்தவங்க பேசுனதக் கேட்டி ருக்கேன். மரம் வெட்டுறதுக்குன்னு போனவங்கள்ல மரம் வெட்டி ராமராசு மகனும் ஒருத்தன். அவன் பேரு மணி. அவன ஊர்ல கேடி மணின்னு தான் கூப்பிடுவாங்க. அவன்தான் மரம் வெட்டுற கதையச் சொல்லுவான்.''

''என்ன சொல்லுவாரு?''

''மொத, மரத்தோட பக்க சிம்புகளயெல்லாம் வெட்டி ஒதுக்குவாங்களாம். பெறகு மரத்தச் சுத்தி ஒரு பள்ளம் தோண்டுவாங்களாம். மரத்தோட மேல் நுனியில வடக்கயத்தக் கட்டி ஒயரமான எடத்துல நின்னு புடுச்சுக்குவாங்களாம். மரம் அறுக்க ஒரு மிஷின் இருக்காம். அதை மரத்தோட அடிப்பாகத்துல வச்சு ஜெனரேட்டரு போட்டா விர்ர்ன்னு ஒரு சத்தத்தோட மரத்தை அது அறுத்து முடிச்சுடுமாம். சொடக்குப் போடுற நேரத்துல முடிஞ்சுடுமாம். வெட்டுன மரத்த அளவெடுத்து, லாரியோட எடைக்குத் தக்க மாதிரி சின்னச்சின்ன துண்டா மிஷின்ல வெட்டு வாங்களாம்.''

''லாரிகள் பகல்ல வருமா?... ராத்திரியில வருமா?''

''பட்டப்பகல்ல தான் வரும். ஆத்துல வண்ணான் படித்தொறயில நின்னு தெற்க பார்த்தா சங்கிலிக் கரட்டுக்கும், மூங்கி மலைக்கும் ஊடால யானைக எறங்கி வர்ற மாதிரி லாரிக கூட்டங்கூட்டமா வரும். ஒரு நாள்ல இருபது, முப்பது லாரிக மரம் ஏத்திக்கிட்டுப் போகும். கவுர்மெண்டே சப்போர்ட் பண்ணதுன்னு டீ கடையில பேசிக்கிட்டாங்க.''

''எத்தனை வருசம் வெட்டுனாங்க?''

''கூப்பு எடுத்தவங்க ரெண்டு வருசமோ... மூணு வருசமோ வெட்டு னாங்க. அவங்க போனதுக்குப் பின்னாடி அவங்ககிட்ட வேல செஞ்ச ஆடு களவாணி, கோழி களவாணிகளெல்லாம் மரம் வெட்ட ஆரம்பிச்சாங்க. அவங்க வெட்டுறப்ப அரசாங்கம் பகல்ல பாதுகாப்பு குடுத்துச்சு. இவங்க வெட்டுறப்ப ராத்திரியில பாதுகாப்பு குடுத்துச்சு.''

''புரியலையே...''

‘‘இவனுங்க பூராம் ராத்திரியில யாருக்கும் தெரியாம வெட்டுனாங்க. லாரியில கடத்த முடியல. மாட்டு வண்டியிலதான் கடத்துனாங்க. அதுவும் ராத்திரி நேரத்துல. இங்க இருந்த பாரஸ்ட்காரங்களும் பாதுகாப்பு குடுத்தாங்க. மரம் வெட்டுறவங்களுக்கெல்லாம் லீடரு ஒருத்தன் இருந்தான். அவன் எப்பவும் தேனியில தான் இருப்பான். மரம் கடத்துறத கண்டுக்காம இருக்குறதுக்கு பாரஸ்ட் அதிகாரிகளுக்கு லஞ்சம் குடுக்குறது, கோழி, பிராந்தி குடுக்கிறது இதுதான் அவனோட வேல.’’

‘‘அதுக்கு பணத்துக்கு என்ன செய்வாங்க?’’

‘‘மரம் வெட்டுறவங்க எல்லாம் ஒண்ணு சேர்ந்து வரிப்போட்டு செலவ ஈடு கட்டுவாங்க. இப்பிடியே அரசாங்கத்துல வேல செஞ்ச களவாணிகளும், உள்ளூர்ல இருக்கிற களவாணிகளும் கூட்டுச் சேர்ந்து எல்லா மரத்தையும் வெட்டி மலைகள மொட்ட அடிச்சிட்டாங்க.’’

‘‘இதை யாரும் தடுக்கலையா?’’

‘‘யாரு தடுக்குறது? எதுத்துப் பேசினாலே வெட்டுத்தான். ரெம்ப நாளா இந்தத் திருட்டு எல்லாருக்கும் தெரிஞ்சே நடந்துச்சு. பூனைக்கு யாரு மணி கட்டுறதுன்னு நெனச்சு நெனச்சு யாருமே கட்டாததால, ஆண்டவனே மழை ரூபத்துல வந்து மணி கட்டுனான்.’’

‘‘எப்பிடி?’’

‘‘இருபது வருசத்துக்கு முன்னாடி ஒரு அடை மழை பேஞ்சிச்சு. அப்ப மேகமலை பக்கத்துல கூடம்பாறையின்னு ஒரு எடம். அங்க மலையே சரிஞ்சு கீழ வந்திடுச்சு. மரமா நின்ன மலை. மரத்தப் பூராம் வெட்டுனதால மலையால மழைத் தண்ணிய உள்வாங்க முடியல. அந்த வருசம் பெரிய வெள்ளச் சேதம். நெறைய ஊருகளுக்குள்ள வெள்ளம் புகுந்துடுச்சு. வெள்ளச் சேதத்த ஆய்வு பண்ணுறதுக்கு ஒரு கமிட்டி வந்துச்சு. அந்தக் கமிட்டிதான் நாயமான முறையில அரசாங்கத்துக்கு ஒரு விசயத்த தாக்கல் செஞ்சிச்சு. மரங்கள அழிச்சதுதான் மலைச் சரிவுக்குக் காரணம். மரங்கள் வெட்டுறத கடுமையா தடுக்கணும்னு சொல்லிடுச்சு.’’

‘‘அப்புறம்?’’

‘‘அப்புறமென்ன.. மரம் வெட்டுனவங்கள எல்லாம் ஜெயில்ல போட்டாங்க. அவனவன் வீட்ட வித்து, காட்ட வித்து ஜாமின்ல வந்தானுங்க. வெளிய வந்தவங்களுக்கு வேற வேல தெரியாம கஞ்சா போட்டாங்க. அதையும் தடுத்து, பெறகும் ஜெயில்ல போட்டாங்க.’’

‘‘அவங்கெல்லாம் வெளியில வந்துட்டாங்களா?’’

‘‘கொஞ்சாளுக வெளிய வந்துட்டாங்க. கொஞ்சப் பேரு இன்னும் உள்ளதான் இருக்காங்க.’’

‘‘வெளிய வந்தவங்க என்ன செய்யிறாங்க?’’

‘‘வெளியில வந்து கலெட்டர் வேலையா பார்க்க முடியும்? உள்ளூருல கூலி வேல செஞ்சா அசிங்கமுன்னு நெனச்சு திருப்பூருல வேல பார்க்குறாங்க.’’

கொஞ்ச நேரம் ஒன்றும் பேசாமல் நடந்தார்கள். சுதந்திரன் மனதில் ஒரே போராட்டம். பசுமை பூத்த காடுகள் அழிக்கப்பட்டது ஒரு கவலை. இந்த மண்ணில் வாழ்ந்தவர்கள் இடம் பெயர்ந்தது மற்றொரு கவலை. பள்ளிகளில் மாணவர்களின் வருகை ஏன் குறைவாக உள்ளது? என்ற கேள்விக்கு மக்கள் இடம் பெயர்ந்து சென்று விட்டார்கள் என்ற பதிலை ஆசிரியர்கள் சொன்னார்கள். ஏன் இடம் பெயர்ந்தார்கள் என்ற கேள்விக்கு முறையான பதில் வரவில்லை. மனிதர்களின் விசித்திரமான வாழ்வை எண்ணிப் பார்த்தார். பூமியை நம்பியே வாழ்கிறார்கள். பூமியை அழித்து விட்டு இன்னொரு இடம் தேடிப் போகிறார்கள். சுதந்திரனின் மௌனத்தைப் பெரியவர் கலைத்தார்.

‘‘ஆயிரந்தான் சொல்லுங்க. பூமிய அழிக்கிறது பெத்த தாயையும், பிள்ளையையும் கொல்லுறதுக்குச் சமம். மரம் வெட்டுன எந்தக் குடும்பமும் தழச்சு நின்னதா சரித்திரம் இல்ல. மரம் கீழ விழுகுறப்ப ‘அம்மா’ன்னு தானே விழுகுது. அதுவும் ஒரு உசுரு தானே. ‘காட்ட அழிச்சவன காவு கொண்டு போகும். மரத்த முறிச்சவன மண் முழுங்கிப் போகும்’ன்னு பெரியவங்க சும்மாவா சொன்னாங்க?’’

இந்த உவமையைக் கேட்டு சுதந்திரன் சிலிர்த்துப் போனார். தத்துவார்த்த ரீதியில் விவாதிக்க வேண்டிய ஒரு தலைப்பு. இரண்டே வரியில் விடை தந்துவிட்டாரே...!

ஆற்றை விட்டு மேடேறினார்கள். ஊருக்குள் தெரு விளக்குகளின் வெளிச்சம் கொஞ்சங்கொஞ்சமாய் இவர்கள் மீதும் பட்டது.

(கல்கி தீபாவளி மலர் - 2010-ல் வெளியானது)

2

உறவுப் பாலங்கள்

“**நா**ன் வாக்கப்பட்டு வந்த காலத்தில் ஊர்ல கண்டதுல பாதி ஆளுக இந்த ஆட்டு ஒரல்லதான் மாவாட்டுவாங்க. நல்ல நாள், திருநாள்னு வந்துட்டா நாங்களே ஆட்ட முடியாது. நானும் எங்க மாமியாளும் ஆட்டி முடிக்க தலைக்கோழி கூப்புட்டிரும்... ஹிம்... இப்பெல்லாம் எவ ஆட்டுறா... இப்பிடி கரண்டு கிரண்டு இல்லாத நாள்லதான் ஆட்டொரலு அரும தெரியும்” ஆட்டிய மாவை அள்ளிப் போட்டவாறே பழம்பெருமை பீத்தினாள் பின்னியம்மா கெழவி.

மாமியார் என்ன சொன்னாலும் தலையைத் தலையை ஆட்டுவாள் மருமகள். மாமியாருக்கு சந்தோசம் என்றாலும் கோபம் என்றாலும் இந்த மருமகளிடம் தான். சாதாரணமா கோபம் வராது. வந்தால் ஆங்கார ஓங்காரமாய் கொப்பளித்துக் கொண்டுவரும்.

நல்ல தண்ணிக்குழாய்... உப்புத் தண்ணிக்குழாய் என எல்லா இடத்திலும் சண்டை போட்டு கடைசியில் மருமகளை ஒரு முட்டு முட்டிய பிறகே கோபம் மலையேறும். ரெண்டு நாளைக்கு பேச்சு வார்த்தையே இருக்காது. பிறகு சாடைமாடையாய் தொடங்கி, அடுத்த நாள் சாவகாசமாய் தலையில் பேன் பார்த்துக் கொண்டிருப்பார்கள்.

பின்னியம்மா கெழவிக்கு ஐந்து பிள்ளைகள். எல்லாருமே ஆண்பிள்ளைகள். ஆண்பிள்ளைப் பெற்ற கர்வம் பின்னியம்மாளுக்கு. மாமியார் உயிரோடு இருந்த காலத்திலேயே மாமியாரிடம் நல்ல செல்வாக்கு. மாமியார் போய் சேர்ந்தபிறகு இந்தம்மாதான் நாட்டாமைத் தனம். இந்தம்மாதான் மூன்று தோட்டத்திற்கும் வேலைக்கு ஆள் அனுப்பி, வீட்டுல கஞ்சி காய்ச்சி, பிள்ளைகளைப் பள்ளிக்கூடம் அனுப்பி தானும் தோட்டத்திற்குப் போகும். ஒருநாள் ஒருபொழுது ஓய்வு எடுத்தது

கிடையாது வெள்ளாமை வரும் காலங்களில் செங்கமல்லான நேரத்தில் தொடங்கி, நடுச்சாமம் வரையில் புருசனோடு தோட்டத்தில் இருந்து வெள்ளாமையைக் கொண்டுவருவாள்.

வீட்டுக்காரர் சாகும்போது பெரியவனுக்கு பதினேழு வயது. பனி ரெண்டாவது படித்துக் கொண்டிருந்தான். சின்னவன் நாலாவது படித்துக்கொண்டு இருந்தான். ''புருசன் செத்த பிறகு நண்டும், சுண்டக் காயுமா இருந்த பிள்ளைகள படிக்கவச்சு, வாலிபமாக்கி, கலியாணம் முடிச்சு கவுரவமா ஆளுக்கொரு வேலையில ஒக்கார வச்சிருக்கால்ல.. பெறகு திமிரா பேசமாட்டாளா'' என்று தண்ணிக் குழாயிலும், தோட்டக் காடுகளிலும் பின்னியம்மாவைப் பற்றி பேசுவார்கள்.

மூத்தவன் திருச்சிக்குப் பக்கத்துல வாத்தியாரா இருக்கிறான். இரண்டாவது மகன் பட்டாளத்துல இருக்கான். நடுவுலவன் ஒழுங்கா படிக்காம கிழவி கூடவே வெவசாயத்தப் பார்த்துக்கொண்டு இருக்கிறான். நாளாவது ஆள் கோயம்புத்தூர் மில்லில் மேனேஜர். கடைசி ஆள் சென்னைவாசி. கெழவி யார் வீட்டுக்கும் போக மாட்டாள். பெரியவன் பொண்ணு வயசுக்கு வந்த நேரத்துலதான் திருச்சிக்குப் போனாள். ரெண்டுநாள் இருந்து, கொள்ளிடம், கல்லணை, மலைக்கோட்டை எல்லாம் பார்த்திட்டு வந்தாள். அவளோட எல்லா நெனப்பும் மூணாவது மகனும் மருமளும் தான். ''ஏள மாட்டாதவன்... இவனுக்கு வாக்கப்பட்டவளும் வாய்செத்த கழுத. இதுக தனியாப்போயி என்னத்தப் பொழைக்கும்?'' என்று கரிசனத்தோடுச் சொல்வாள்.

வைகாசி மாசம் நடக்கும் காளியம்மன் திருவிழாவுக்கு எல்லோரும் வந்தாகணும். இது கிழவியின் கட்டளை. நாளைக்குத்தான் பொங்கல். விருந்தாளிகளுக்கு இட்லி சுடுவதற்காகத்தான் மாமியாரும் மருமகளும் மாவாட்டினார்கள். கரண்ட் வந்து ரேடியோ பாடிக்கொண்டிருந்தது. பொழுது அடிசாயத் தொடங்கிய நேரம். திருவிழாவுக்கு விருந்தாளிகள் வரத்தொடங்கினார்கள். பின்னியம்மாள் வீட்டுத் திண்ணையில் உட்கார்ந்து வடக்கு நோக்கிப் பார்த்துக் கொண்டிருந்தாள்.

மிலிட்டரிகாரன் பொண்டாட்டி பிள்ளைகளைக் கூட்டிக்கொண்டு வருவது தெரிந்தது. ஓடிப்போய் பேரனைத் தூக்கினாள் ''என்னத்தா மெலிஞ்சு போயிட்டே'' என்று வழக்கம்போல் கேட்டாள். ஆத்தாளும் மகனும் திண்ணையில் உட்கார்ந்து பேசிக்கொண்டிருந்தார்கள். அடுத்த கொஞ்ச நேரத்துலேயே திருச்சிக்காரனும், கோயம்புத்தூர்க்காரனும் வந்து சேர்ந்தார்கள். தனது வம்சத்தின் முதல் பிள்ளையான மூத்தவன் மகள்

நல்ல வளத்தியாய் சுடிதாரில் நின்றதைப் பார்த்து, கெழவிக்கு ஆனந்தக் கண்ணீர் பெருக்கெடுத்தது. தாயும் பிள்ளைகளும் திண்ணையில் பேசிக் கொண்டிருக்க வீட்டுக்குள் மருமக்களின் சிரிப்பொலி கேட்டது. உள்ளூர் பேரன்களும், வெளியூர் பேரன்களும் ''பந்தல்ல போயி வெளையாடுறோம்''ன்னு சொல்லிவிட்டுச் சென்றார்கள். ''இன்னக்கி நடுச்சாமத்துக்கு மேல சாமி தூக்கப் போவாங்க. செங்கமங்கல நாம மாவெளக்கு எடுத்துட்டுப் போகணும்'' கிழவி மருமகள்களிடம் சொல்லிக் கொண்டிருந்தாள்.

கோயம்புத்தூர்காரியும், உள்ளூர்க்காரியும் பச்சரிசி இடித்துக் கொண்டிருந்தார்கள். வாத்தியார் பொண்டாட்டியும், மிலிடரிக்காரன், பொண்டாட்டியும் பாத்திரங்களைக் கழுவிக் கொண்டிருந்தார்கள். மகன்கள் வேடிக்கை பார்க்கப் போய்விட்டார்கள் சென்னைக்காரன் குடும்பம் மட்டும் காலையில் வருவதாய் போன் செய்துள்ளான்.

தன்னோட பேரப்பிள்ளைகளின் பேச்சையும் விளையாட்டையும் பின்னியம்மா ரசிச்சுப் பார்த்துக் கொண்டிருந்தாள். வாத்தியார் மகள் கிழவியின் மடியில் வந்து படுத்துக்கொண்டாள். பேத்தியின் தலைமுடி கோதியவாறு, ''எங்க மாமனும், மாமியாரும் கலியாணம் முடிச்ச புதுசுல தேனியில போயி போட்டா புடிச்சாங்க. சின்ன வயசுல எங்க மாமியா ஒன்ன மாதிரியே இருந்தாங்க'' என்றாள்.

''ஒங்க மாமியா எனக்கு என்ன முறை வேணும் பாட்டி'' பேத்தி கேட்பாள்.

''எங்க மாமியா ஒங்க அப்பனுக்கு பாட்டி, ஒங்களுக்கு பூட்டி!''

''பூட்டின்னா.. ?''

''பூட்டின்னா.. பூட்டிதே... பாட்டிக்கு முன்னால பூட்டி!''

''போங்க பாட்டி, ஒங்களுக்கு நல்லா விளக்கம் சொல்லத் தெரியலை'' என்று சொல்லிக்கொண்டே எழுந்து வீட்டுக்குள் சென்று, தன் தாயிடம் கேட்டாள்.

மறுநாள் விடிந்தும் விடியாத நேரத்துல் மாவிளக்கு எடுக்க எல்லோரும் தயாரானார்கள். ''இந்த வருசம் எம் பேத்திதான் மாவெளக்கு தூக்கணும்'' என்று பின்னியம்மாள் சொல்லிவிட்டாள். மிலிட்ரிக்காரன் பொண்டாட்டியும், கோயம்புத்தூர்காரியும் பட்டுச்சேலைகளும் நகை நட்டுகளுமாய் பளபளத்தனர்.

வாத்தியார் பொண்டாட்டி தன் மகளுக்கு பட்டுச்சேலை கட்டி விட்டு, நகைகள் பூட்டி விட்டாள். அடுப்படியில் வேலை செய்துகொண்டிருந்த உள்ளூர்க்காரியிடம், ‘‘நீ போய் மொதல்ல குளி. நா அடுப்பப் பார்த்துக் கிறேன்’’ என்று சொல்லி அனுப்பினாள்.

குளித்துவிட்டு வந்தவள் பழைய சேலை ஒன்றை எடுத்துக்கொண்டு உள்வீட்டுக்குள் சென்றாள். இதைப் பார்த்த வாத்தியார் பொண்டாட்டி, ‘‘நல்ல நாளும் அதுவுமா நீ ஏன் பழைய சேலையக் கட்டுறே... இந்தா இதக்கட்டு’’ என்று தனக்காக வாங்கியிருந்த புதுச் சேலையைத் தந்தாள். ‘‘ஓங்களுக்கு ஆசையா வாங்குனது. நீங்க கட்டுங்கக்கா’’ என்று மறுத்தாள். ‘‘ஆமாடீ.... வயசுக்கு வந்த புள்ளய வச்சிருக்குற நான் புதுச் சேலை கட்டணும். கொஞ்ச வயசுக்காரி நீ பழைய சேலை கட்டணுமாக்கும்.... இந்த சேலை உன்ன நெனச்சுத்தான் வாங்கினேன் என்னவிட ஓனக்குத்தான் நல்லா இருக்கும்’’ என்று சொல்லிவிட்டு, ‘‘உள்ளூர்க்காரி வெறும் கழுத்தோட இருந்தா ஒரு மாதிரியா பேசுவாங்க. இந்த செயினைப் போட்டுக்கோ’’ என்று கழுத்தில் கிடந்ததைக் கழற்றிக் கொடுத்தாள். ‘‘அக்கா ஓங்க கழுத்து சும்மா இருக்கே’’ என்று தயங்கினாள். ‘‘அடியே, நான் டவுன்ல இருந்து வந்திருக்கேன். எப்பிடி இருந்தாலும் மாடல்தான். எங்க நாலு போ்முன்னால நீ வேறும் கழுத்

தோட நின்னா அத்தை சங்கடப்பட மாட்டாங்களா... நீ நல்லா இருந் தாத்தாண்டி இங்க வந்து போற எங்களுக்கும் மரியாதை'' என்று சொல்லிக்கொண்டே பூவை எடுத்து அவள் தலையில் வைத்தாள்.

எல்லோரும் சாமி வீட்டுக்குள் சென்றார்கள். பெரிய பித்தளைத் தட்டில் மாவை வைத்து, அதில் வட்டமாய் குழி வைத்து, நல்லெண்ணையை பின்னியம்மாள் ஊற்றினாள். தன் குல தெய்வங்களையெல்லாம் வேண்டிக்கொண்டு குத்துவிளக்கை ஏற்றி, அதிலிருந்து ஒளி எடுத்து மாவிளக்குத் திரிகளில் பற்ற வைத்தாள். மருமகள்களும் மாமியாருக்கு உதவி செய்தார்கள். மாவிளக்கு சுமக்க மட்டுமே பயம்படுத்தும் வெள்ளைத்துண்டை மரப்பெட்டியில் இருந்து எடுத்து, சுருமாடு கூட்டி பேத்தியை இரண்டு கைகளையும் நீட்டச் சொல்லி, சுருமாட்டை அதில் வைத்து மாவிளக்குத் தட்டைத் தூக்கி வைத்தாள். மாவிளக்கு ஒளியில் மின்னிய தனது பேத்தியின் முகம் பார்த்துப் பார்த்துப் பின்னியம்மாள் ஆனந்தப்பட்டாள். மாவிளக்கு எடுத்த எல்லாப் பெண்களும் ஒன்று சேர ஜெகஜோதியான வெளிச்சத்தில் மாவிளக்கு ஊர்வலம் நகர்ந்தது.

மாவிளக்கு எல்லாம் எடுத்து முடித்துவிட்டு, எல்லோரும் இட்லி சாப்பிட்டுக்கொண்டு இருந்தபோது மெட்ராஸ்காரனும், பொண்டாட்டி பிள்ளைகளும் வந்து சேர்ந்தனர். மதியம் எல்லோருக்கும் கிடா கறியும் சோறும் ஆக்கப்பட்டது. கறிக்குழம்புக்காக மசால் எல்லாவற்றையும் பின்னியம்மா தனி ஆளாய் வறுத்து அரைத்து குழம்பு வைத்தாள். எலும்புகளைத் தனியாய் பிரித்து பேரப்புள்ளைகளுக்கு சூப் போட்டுக் கொடுத்தாள்.

சமையல் வேலையெல்லாம் முடிந்த பிறகு குளித்து விட்டு, மெட்ராஸ் காரனின் பொண்டாட்டி தந்த புதுச் சேலையைக் கட்டிக் கொண்டாள்.

''என்ன பாட்டி நீங்க மட்டும் பரவை முனியம்மா ஸ்டைல்ல சேலை கட்டுறீங்க'' என்று பேத்தி கேட்டாள். ''இது பின் கோசுவம் வச்சு கட்டுற பழக்கம். இப்பிடி கட்டுனாத்தான் ஓடியாடி வேலை செய்யிறப்ப கால் தட்டாம இருக்கும்'' என்றாள்.

''என்னைய மாதிரி சுடிதார் போட்டா இன்னும் வசதியா இருக்குமே!''

''போடலாம்.... ஓங்கப்பன் ஒனக்கு சுடிதார் வாங்கிக் குடுத்த மாதிரி எங்கப்பன் எனக்கு வாங்கிக் குடுக்கலையே...'' ரெண்டுபேரும் பேசு வதைக் கேட்டு, எல்லோரும் சிரித்தார்கள்.

மிலிட்ரிக்காரன் மெல்லப் பேச்சை எடுத்தான்.

‘‘நாளைக்கு காலையில நாங்க கௌம்புறோம்.’’

ஒருத்தரும் பேசாமல் இருந்தார்கள். கிழவி தொண்டையைச் செருமிக் கொண்டு பேசினாள். ‘‘வந்ததும் சுட தண்ணிய கால்ல ஊத்துன மாதிரி கௌம்பாட்டி, ரெண்டு நாளைக்கு இருந்துட்டுப் போனா என்ன?’’

‘‘இல்ல ஆத்தா... லீவு முடியப் போகுது. நாளைக்குப் போயி அப்பிடியே கௌம்பணும்.’’

‘‘சரி, பெறப்படத் தயாராகு’’ என்று சொல்லி முந்தானையை உதறி எழுந்தவளை, ‘‘ஆத்தா.. குத்தகைப் பணம்...’’ என்று தயங்கிய குரலில் கேட்டான். உள்ளூர்காரனுக்கு இப்போது ‘சுருக்’கென்று தைத்தது. ஆளுக்கு ஒரு ஏக்கர் என்று பங்கு போட்டபின், எல்லா நிலத்தையும் இவனே குத்தகை கொடுத்து விவசாயம் பார்க்கிறான். இந்த வருடம் விளைச்சலே சரியில்லை. ஊருக்குள் வாங்கிய கடனுக்கே வட்டி கட்ட முடியாமல் கிடக்கும்போது குத்தகை எப்படி கொடுப்பது?

‘‘நெலத்தை யாருக்காவது குத்தகைக்கு விட்டுட்டுப் போங்க. என்னால குத்தகை குடுத்து விவசாயம் பண்ண முடியல. என் பங்கையும் ஒத்திக்கோ, குத்தகைக்கோ விட்டுட்டு நான் குடும்பத்தோட திருப்பூருக்குப் போகலாம்னு இருக்கேன். எனக்குப் பணம் கெடச்சா ஒங்களுக்குத் தர வேண்டிய பணத்தை மொத்தமாக் குடுக்குறேன்’’ தொண்டையைச் செருமிக்கொண்டு தலைகுனிந்தவாறே பேசினான்.

அந்த ஒரு நிமிடத்தில் குடும்பத்தின் மொத்தக் கலகலப்பும் நொறுங்கிப் போனது. அவரவர் வேலைகளைப் பார்க்கப் போனாலும் பின்னியம்மாள் உட்கார்ந்த இடத்தை விட்டு எழவேயில்லை. தான் பெத்த பிள்ளைகளில் ஒருவன் மற்றவர் முன் தலைகவிழ்ந்து நின்றதும், மருமகள் வீட்டுக்குள் உட்கார்ந்து விசும்பி விசும்பி அழுததும், ஒன்றும் புரியாமல் பேரப் பிள்ளைகள் பேந்தப் பேந்த விழித்ததும் பின்னியம்மாளின் சந்தோசங் களையெல்லாம் குழி தோண்டிப் புதைத்துவிட்டது.

இரவு சாப்பாட்டுக்கு வாத்தியார் பொண்டாட்டி அரிசி கழுவிக் கொண்டிருந்தாள். அம்மாவிடம் உட்கார்ந்த வாத்தியார் மகள், ‘‘ஏம்மா நம்ம நடு சித்தப்பா மட்டும் எப்பவுமே சோகத்தோட இருக்காரு’’ என்று கேட்டாள். மதியம் நடந்த விசயங்கள் தன் மகளையும் பாதித்திருக்கலாம் என எண்ணிய வாத்தியார் மனைவி, ‘‘மத்த நாலு பேரும் நல்லா படிச்சு நிரந்தரமான வேலையில இருக்காங்க. பாவம்... அவரு படிக்கல. விவசாயமும் சரியில்லை. அதனாலதான் கவலையோட இருக்காரு’’ என சமாதானம் சொன்னாள்.

“நடுச் சித்தப்பாவை மட்டும் பாட்டி ஏன் படிக்க வைக்கலை?”

“பாட்டி எல்லாரையும்தான் படிக்க வைச்சாங்க. அவரு மட்டும் படிக்க மாட்டேன்னு சொல்லிட்டு விவசாயம் பார்க்கப் போயிட்டாரு.”

“நம்ம தம்பி அடுத்த வருசம் டென்த் படிக்கலைன்னு சொன்னா நீங்களும் அப்பாவும் சும்மா இருப்பீங்களா?”

இந்த கேள்விக்கு வாத்தியார் பொண்டாட்டியால் பதில் சொல்ல முடியவில்லை.

“தாத்தா இறந்த சமயத்துல வெவசாயம் பார்க்க ஒரு ஆள் தேவைப் பட்டுச்சு. அதுக்கு நடுச்சித்தப்பா பயன்பட்டாரு. மத்தவங்க படிக்க இவரு உழைச்சாரு. ஆனா இப்ப இவரு கஷ்டத்துல இருக்குறப்ப அவரால படிச்சவங்க யாரும் இவருக்கு உதவல. ஆர்மி சித்தப்பா குத்தகப் பணம் கேட்டப்ப, அவரு மனசு பட்டப்பாட்ட நான் நேர்ல பார்த்தேம்மா. எனக்கு மனசு கேட்கலம்மா.. பாவம் சித்தியும் சித்தப்பாவும்...” அழுது கொண்டே கண்ணீரைத் துடைத்துக் கொண்டாள்.

இரவுச் சாப்பாடு முடிந்ததும், “எல்லாரும் கொஞ்சம் உட்காரலாம். ஒரு முக்கியமான விசயமாப் பேசணும்” என்றாள் மெட்ராஸ்காரி. எல்லோரும் உட்கார்ந்தார்கள். வாத்தியார் பொண்டாட்டி தான் பேசினாள். “மத்தியானம் நெலத்து குத்தகை சம்மந்தமா எல்லாரும் பேசுனதை நானும் கேட்டேன். விவசாயம் சரியில்லை. அதுக்கு நடுவுலவர் என்ன செய்வாரு? மத்த நாலு பேரும் நல்லாத்தானே இருக்கோம். இந்தக் குத்தகைப் பணத்தை வாங்கித்தானா நாம் பொழப்பு நடத்தணும்? குடும்பத்துக்காக கஷ்டப்பட்டவரு நடுவுலவரு. அவரைக் குடும்பத்தோட பஞ்சம் பொழைக்க திருப்பூருக்கு அனுப்பிட்டு, நாம எப்பிடி நிம்மதியா இருக்க முடியும்? அதனால இனிமேல் யாரும் குத்தகைப் பணம் கேட்கக் கூடாது. அவருக்கு எவ்வளவு கடன் இருக்கோ அதை மத்த நாலுபேரும் சேர்ந்து அடைச்சிடணும். பூர்வீக மண்ணுங்கிற ஒரு பந்தத்துல நாம எல்லாரும் இங்க வந்து போறதுக்கு நடுவுலவரும் புஷ்பமும் பாலமா இருக்காங்க. அந்த நன்றிக்கடனுக்காகவாவது நாம் இதைச் செஞ்சே தீரணும். இன்னொரு பிறவியில இப்பிடி ஒண்ணாவா பெறக்கப்போறோம்?. சித்தப்பா... சித்திங்ற பந்தம் அடுத்த தலைமுறைக்கு வாய்க்குமா? வாழுற காலத்துல ஒருத்தருக்கொருத்தர் விட்டுக் குடுத்து சந்தோசமா வாழலாமே” வாத்தியார் பொண்டாட்டி பேசப் பேச பின்னியம்மாளுக்கு ஆனந்தக் கண்ணீர் பெருக்கெடுத்தோடியது.

(கல்கி சிறுகதைப் போட்டி 2013-இல் பிரசுரத்திற்குத் தேர்வான கதை.)

6

கடைசி வசனம்

பிறந்த மண் வாட்ஸ்அப் குரூப்பிலிருந்து வந்திருந்த செய்திகளையும் படங்களையும் பார்த்துக்கொண்டே வந்தவனுக்கு கணேசன் பதிவிட்டிருந்த செய்தியை மட்டும் கடந்துசெல்ல முடியவில்லை. கணேசன் இன்று காலையிலேயே பதிவிட்டிருந்தான்.

அலுவலகப் பரபரப்பில் நின்று நிதானித்து வாசிக்க நேரமில்லை. அலுவலகம் தொடர்பாகவே எட்டு குரூப்பில் உறுப்பினர். அதில் இரண்டு குழுக்களுக்கு அட்மின் இவன்தான். அலுவல் சார்ந்த குரூப்களின் தகவல்களை மட்டுமே படித்து அலுத்து, புளுத்து பஸ் பிடித்து வீட்டுக்குப் புறப்படும் நேரத்தில்தான் நண்பர்களின் வட்டத்தின் வாட்ஸ்அப் குரூப் களைப் பார்வையிடுவது இவனது வழக்கம்.

மிஸ்டுகால் லிஸ்ட்டில் வெங்கட் இருந்தான். இவன் வெங்கட்டை அழைத்தான்.

“மாமா, கணேசன் அனுப்புன மெசேஜை படிச்சிங்களா...?”

”ம்ம்.. படிச்சேன்..”

”நம்ப முடியுதா...?”

”நம்ப முடியலை.. மாப்ளே... எப்பிடி.. இப்பிடி...”

“தெரியில மாமா.. சரி... இந்த வருசம் பங்குனி பொங்கலுக்கு ஊருக்குப் போற திட்டம் இருக்கா..?

“இருக்கு இருக்கு... பொங்கலுக்குக்கூட ஊருக்குப் போகாட்டி, நம்மள நிரந்தர அகதி லிஸ்டுல சேத்திருவாங்க... மாப்ளே...”

“சரி மாமா... நைட்டு வாட்ஸ்அப்ல வாங்க...”

வெங்கட் போனைத் துண்டித்து விட்டான். பேருந்தில் தனக்குப் பக்கத்தில் இருப்பவனை ஒருமுறை பார்த்தான். அவன் இதையெல்லாம் கவனிக்காமல் ஏதொவொரு சிந்தனை ஓட்டத்தில் லயித்துக் கிடந்தான்.

இவனுக்கும் ஊர் பற்றிய எண்ண ஓட்டங்கள் ஓடத் தொடங்கின. ஊரை நினைத்தாலே பல பல அடையாளங்கள் வந்து போகின்றன. மந்தைக் கரடு, வைகையாறு, பள்ளிக்கூடம், பிள்ளையார் கோயில், உப்போடை, சினிமா தியேட்டர்... இப்பிடி சொல்லிக்கொண்டே போகலாம்.

ஒவ்வொன்றுக்கும் ஒரு கதை இருக்கும். கதைக்குள் பல கதைகள் இருக்கும். இவன் ரெண்டாம் வகுப்பு படிக்கும் போதுதான் சினிமா தியேட்டர் கட்டுவதற்கு வானம் தோண்டப்பட்டது. தியேட்டர் கட்டும் வேலைகளை ஊர் சனமே திரண்டு வந்து, திருவிழா பார்த்தது போல பார்த்துச் சென்றது. இந்தக் காலம் மாதிரி கட்டிடம் கட்டற பணிகளை மறைத்து தடுப்புக் கட்டும் வழக்கம் அப்போதில்லை.

நல்லா விஸ்தாரமாக அரை ஏக்கர் நிலத்தில் தியேட்டர் கட்டப்பட்டது. இந்த ஊர் மட்டுமில்லாமல் சுத்து வட்டாரத்திலிருந்தெல்லாம் ஆட்கள் வந்து வந்து பார்த்திட்டுப் போனாங்க. தியேட்டர் மொதலாளியும் அவரோட மகன்களும் மத்தவங்க வந்து பாக்குறதைப் பெருமையா நினைச்சு பொறுமையா விளக்கம் சொன்னாங்களே தவிர யாரையும் கோபிக்கவில்லை.

ஊருக்கு வடக்குப் பக்கம் மெயின் ரோட்டிலிருந்து நூறடி உள்ளே தள்ளி இருபது தென்னை மரங்களும், ரெண்டு பூவரசு மரங்களும் அப்பிடியே நிக்க, அதைச் சேதப்படுத்தாமல் தியேட்டரின் மெயின் கேட் அமைக்கப்பட்டது. கிராமங்களிலிருந்து வரும் மாட்டு வண்டிகளை நிறுத்தவும், மாடுகளுக்கு தீவனம் போடவும் அந்த காலியிடம் விடப்பட்டது.

தியேட்டர் கொஞ்சங்கொஞ்சமா வளர வளர அதோட பிரம்மாண்டமும் வளர்ந்திட்டே இருந்தது. மாடிக்கு ஏறிச்செல்ல ரெண்டு பக்கமும் படிக் கட்டுகளும், வராண்டாவில் நீண்டு நிற்கும் போர்டிகோவை தாங்கிப் பிடிக்க ரெண்டு மீன்கள் தலைகீழாய் நிற்பது மாதிரி பில்லர்களும் அமைக்கப்பட்டன.

இவனுக்கு அந்த மீன்களும், மீன்களின் கண்களாகப் பதிக்கப்பட்ட கோலி குண்டுகளும் ரெம்பப் பிடிக்கும். ஒவ்வொரு முறையும் அந்த மீன்களைத் தடவிப் பார்க்கவே போர்டிகோ பக்கம் செல்வான். பெரிய காம்பவுண்ட் கட்டி, நான்கு டிக்கெட் கவுண்டர்களும், மூன்று பெரிய

கேட்டுகளுமாய் தியேட்டர் கம்பீரமாக திறப்பு விழாவுக்குத் தயாரானது. ''தேனி மதுரையில கூட இவ்வளவு விஸ்தாரமா தியேட்டர் இல்லைப்பா... நம்ம ஊருக்கு இந்த தியேட்டரால யோகம் வந்திருக்கு...'' என்று ஆப்ரேட்டர் கிருஷ்ணன் டீ கடையில் உட்கார்ந்து பேசிக் கொண்டிருப்பார். படம் ஓட்டுற அவரையும் சேர்த்து மொத்தம் இருபத்தைஞ்சு பேருக்கு வேலை குடுத்தாங்க. இது இல்லாம தியேட்டருக்குள்ள காரா கடலை, முருக்கு மிட்டாய், சுக்குமல்லி, டீ, காபி... இப்பிடி விக்கிறவங்கன்னு மொத்தம் நாற்பது பேருக்கு வேலை.

"கரண்ட் வந்திருச்சு... எழுந்திருச்சு உள்ள வாங்க..." என்று மனைவி குரல்கொடுத்த பிறகே எழுந்து வீட்டுக்குள் சென்றான். இன்னும் மூன்று மணி நேரந்தான் கரண்ட் இருக்கும். அதற்குள் சாப்பிட்டுத் தூங்கி விடவேண்டும். "எல்லா வீட்டுலேயும் யு.பி.எஸ். இருக்கு... நம்ம வீடு மட்டும்தான் இருட்டுல கெடக்கு..." என்று முற்றுப்பெறாமல் பேசிவிட்டுச் சென்றாள் மனைவி. இந்த முற்றுப்பெறாத வார்த்தைக்குள் ஆயிரம் அர்த்தம். 'குடும்பத்தின் அத்தியாவசியத் தேவையைக்கூட பூர்த்தி செய்யாத... செய்யத் தெரியாத... நீயெல்லாம் ஒரு ஆபீஸரா...? என்று தொடங்கி, உன்னைத் தப்பா கல்யாணம் பண்ணிக்கிட்டேனோ...' என்று முடியும்வரையில் நூறு கேள்விகளுக்கான தொடக்கம்தான் அந்த முற்றுப்பெறாத மொழி.

"ஏங்க... ஒங்ககிட்ட சொல்ல மறந்திட்டேன். ஊருல சினிமா தியேட்டரை இடிச்சு கல்யாண மண்டபம் கட்டிக்கிட்டு இருக்காங்களாம்.. 'ஊர்ஸ் குரூப்புல' ஜெகதா போஸ்டிங் போட்டிருக்கா. ஒங்களுக்கு பார்வேடு செஞ்சேனே... பாக்கலையா...? ஆமா... நாம கடைசியா என்ன படம் பார்த்தோம்...?'' என்று கேட்டுவிட்டு, பதிலுக்குக்கூட காத்திருக்காமல் வீட்டுக்குள் சென்றுவிட்டாள். அடுத்த பவர்கட் வருமுன் தூங்க வேண்டிய நிர்ப்பந்தம் அவளுக்கு. இவனுக்கு உறக்கம் வரவில்லை. புரண்டுப் புரண்டு படுத்தான். இது போன்றோ... வேறெது போன்றோ உறக்கம் வரா பல இரவுகளை தியேட்டரில்தான் கழித்திருக்கிறான்.

தியேட்டர் வேலையெல்லாம் முடிந்து, ஒரு சுப முகூர்த்த நாளில் திறப்புவிழா நடைபெற்றது. எல்லா ஊருக்கும் பத்திரிகை கொடுத்து, ஊர் பெரியவங்களையெல்லாம் வரவழைச்சு, காலை முதல் காட்சி இலவசக் காட்சியாக தேவர் பிலிம்ஸ் தயாரித்த 'தெய்வம்' படம் திரையிடப்பட்டது. அந்தப் படத்தில் வரும், 'மருதமலை மாமணியே முருகய்யா..' என்ற பாட்டலே தியேட்டரின் ஆரம்பப் பாடலாகிவிட்டது.

தரை டிக்கெட் இருபத்தைந்து பைசா, பெஞ்ச் டிக்கெட் நாற்பது பைசா, எழுபத்தைந்து பைசாவுக்கு சேர் டிக்கெட், ஒரு ரூபாய்க்கு

பால்கனி டிக்கெட். பால்கனியில் நூறு பேர் உட்காரலாம். ஓரளவு வசதி யானவர்கள், அரசு பணியாளர்கள், புதுசாய் கல்யாணமானவர்கள் இப்பிடி பலரும் பால்கனியில் உட்கார, அப்புராணி சப்புராணிகள் தரை டிக்கெட்டுக்கும், பெஞ்ச் டிக்கெட்டுக்கும் அடித்து மல்லுக்கட்டுவார்கள். இவன் தரை டிக்கெட்தான் வாங்குவான். எட்டாம் வகுப்பு படிக்கும்போது எல்லா டிக்கெட்டையும் ஒன்றாக்கி, ஒரு ரூபாய் டிக்கெட் எடுத்தால் எங்க வேண்டுமானாலும் உட்கார்ந்து படம் பார்க்கலாம். என்று அறிவித்த பிறகு, இவன் சேர் போட்ட வடக்குப் பகுதியில் உட்கார்ந்து படம் பார்க்கத் தொடங்கினான். (ஏன் அந்த இடத்தைத் தேர்வு செய்தான் என்பது தனி கதை).

இவனுக்கு மட்டுமல்ல, ஊரைச் சுற்றியுள்ள எல்லா உள்காட்டு சனங்களுக்கும் இந்த தியேட்டர்தான் பொழுதுபோக்கு. மூன்றாவது, நான்காவது ரிலீஸ் படங்கள்தான் திரையிடப்படும். பழைய படங்களும் திரையிடப்படும். எம்.ஜி.ஆர். படமும், சிவாஜி படமும் மாத்தி மாத்தி திரையிடுவார்கள். ரெண்டு படங்களுக்கும் எந்தப் படம் அதிக நாள் ஓடும் என்ற போட்டி இருக்கும். 'இன்று போல் என்றும் வாழ்க' பதினைஞ்சு நாள் ஓடியது. 'தங்கப்பதக்கம்' பதினெட்டு நாள் ஓடியது. அதற்குப் பிறகு 'பதினாறு வயதினிலே' இருபத்திரெண்டு நாள் ஓடியது. திரையிடப்படும் படங்களைப் போலவே தியேட்டரின் உருவமும் மாறி நிற்கும். ரஜினி, கமல் படங்கள் ஓடும்போது தியேட்டரே றெக்கை கட்டி நிற்கும். நான்கு காட்சிகளும் இளைஞர் கூட்டம் மொய்த்துக் கிடக்கும். சிவாஜி படமோ.. எம்.ஜி.ஆர். படமோ ஓடும் நாட்களில் நரைத்த தலைகள் முளைத்து நிற்கும்.

"**ஆ**பீசுக்குப் போற மாதிரி ஐடியாவே இல்லையா...?" என்று சத்தம் கொடுத்துக்கொண்டே மனைவி போர்வையை உருவியபோதுதான் கண் விழித்தான். நீண்ட நேரம் புரண்டுப் புரண்டுப் படுத்து கடைசியில் எப்போது தூங்கினான் என்றே தெரியவில்லை. அரக்கப் பரக்கக் குளித்து, அலுவலகம் கிளம்பி, பேருந்தில் உட்கார்ந்தவன் மொபைலை எடுத்து வாட்ஸ்அப் தடவத் தொடங்கினான். 'பிறந்த மண்' குரூப்பில் தியேட்டரைப் பற்றியே எல்லாரும் பதிவு போட்டிருந்தார்கள். அவனவன் வயசுக்குத் தகுந்த மாதிரியும், சக்திக்குத் தகுந்த மாதிரியும் பதிவுகள் வந்த விழுந்துகொண்டேயிருந்தது. சிலர் தியேட்டரை இடிக்கும் படத்தையும் போட்டிருந்தார்கள். அறுபது வயதைக் கடந்தவர்களுக்கும் முப்பது வயதைக் கடந்தவர்களுக்கும் வாழ்வில் நீக்க முடியாத, சொல்ல முடியாத பல செய்திகளைச் சுமந்து நிற்கும் சாட்சியாக தியேட்டர் இருந்தது தெரிய வந்தது. ஒரு மழை நாளில் 'ஜகன்மோகினி' படம் பார்த்துக்

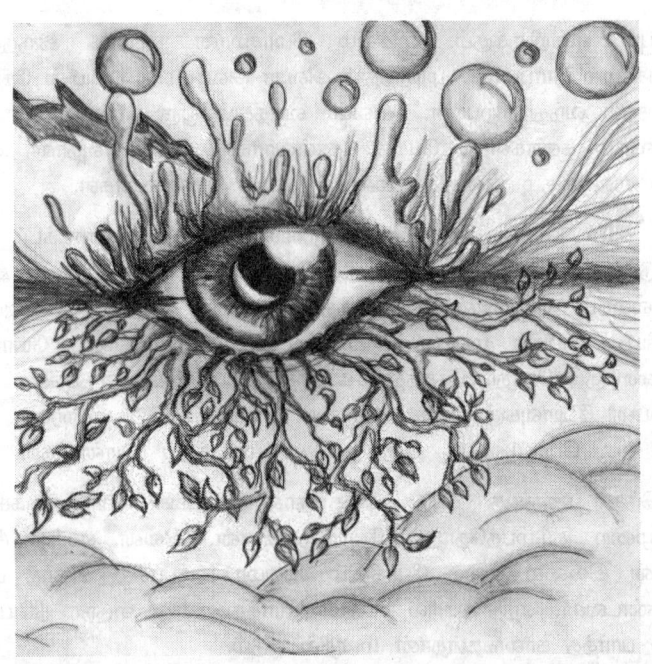

கொண்டிருந்தபோது, தியேட்டரை விட்டு வெளியேறவிடாமல் பேய்மழை பெய்தது. வெளியே வரவும் முடியாமல் உள்ளேயே தூங்கவும் முடியாமல், தியேட்டர் மதிலெல்லாம் ஜகன்மோகினி ஆடுவதுபோல பிம்பம் மனதில் ஓட, மூடிய கண்களோடு நடுங்கிக்கிடந்த அந்த நாளும், அவனவன் வாழ்வின் முதற்காதலும், முடிவுற்ற காதலும், படம் பார்த்து தன்னம்பிக்கை வளர்த்துக் கொண்டதாகவும் இப்படி பல பதிவுகளை வாசிக்க வாசிக்க நீர் கோர்த்து நின்றது கண்கள். சுற்றும் முற்றும் பார்த்துவிட்டு, யாருக்கும் தெரியாமல் துடைத்துக் கொண்டான்.

ரெண்டாவது ஆட்டம் படம் பார்க்கத்தான் இவனும் இவன் கூட்டாளிகளும் பெரும்பாலும் செல்வார்கள். அதுக்கு காரணமும் இருக்கிறது. 'அவளும்' அவளின் அம்மா, தங்கை, பக்கத்து வீட்டுப் பெண்களோடும் வருவாள். அவள் படம் பார்க்க வரும் சேதி தெரிந்ததும் பரபரப்பாகி விடுவான். துணைக்கு ஆள் பிடிப்பான். எல்லோருக்கும் டிக்கெட் எடுப்பான். யாருமே வராவிட்டாலும் டீக்கடை சரவணனையும் டுடோரியல் காலேஜ் அழகரையும், ரமேஷையும் பிடித்துக் கொள்வான். சரவணன் டீ கடையிலிருந்து மிக்சரும், சேவும் பார்சல் கட்டிக்கொண்டு யாருக்கும் தெரியாமல் 'அவளுக்கு' கொடுத்தனுப்புவான். படம் போட்டதும் சரவணன் தூங்கி விடுவான். இவனுக்கு எப்படா படம்

முடியும் என்றிருக்கும். மிகவும் மோசமான படமாக இருந்தாலும் தூங்காமல் பார்ப்பான். முடிந்ததும் அவசர அவசரமாக மெயின் கேட்டுக்கு பக்கத்தில் வந்து நிற்பான். 'அவள்' வந்ததும் ஒரு பார்வை பார்ப்பான். இருவரும் கண்களால் பேசிக் கொள்வார்கள். அவ்வளவுதான். அடுத்த படம் வரைக்கும் இதையே மனதில் ஓட்டிக் கொள்வார்கள்.

"**சா**ர்... ஸ்டாப் வந்திருச்சு எறங்கலையா..?" கண்டக்டர் சத்தம் கொடுத்த பிறகே நினைவு தட்டியது. அவசர அவசரமாய் இறங்கி அலுவலகம் சென்றான். வழக்கத்திற்கு மாறாக அவனால் அலுவலகப் பணியில் லயிக்க முடியவில்லை. லீவு போடலாமா என்று யோசித்துக் கொண்டிருந்தபோது, பக்கத்து சீட் முத்துக்குமார் இவன் பக்கம் வந்து, "மேட்னி ஷோவுக்கு டிக்கெட் இருக்கு. போகலாமா...?" என்றான். அரை நாள் லீவு போட்டுவிட்டு, இருவரும் சினிமாவுக்குப் போனார்கள்.

இந்த ஊருக்கு வந்த பிறகு நான்கு படங்கள் பார்த்திருக்கிறான். ஒருமுறை குடும்பத்தோடும் போயிருக்கிறான். இவன் பெரிய சினிமா ரசிகன் இல்லை என்ற போதிலும் சினிமா பார்ப்பதில் அலாதி பிரியம் கொண்டவன். எந்த ஊரில் சினிமா பார்த்தாலும் உள்ளூர் தியேட்டரில் படம் பார்த்த காலங்கள்தான் மனதில் ஓடும்.

கடைசியாக சுந்தர் கல்யாணத்திற்கு ஊருக்குப் போயிருந்தபோது தியேட்டரில் படம் பார்த்தான். 'தவமாய் தவமிருந்து' படம் ஓடிக் கொண்டிருந்தது. கூட்டமே இல்லை. ஐம்பது பேராவது சேர்ந்தால் படத்தை ஓட்டலாம் என்று மேனேஜர் அங்குமிங்கும் அலைபாய்ந்து வாசல் பார்த்து காத்திருந்தார். இவனும் இவன் நண்பர்கள் பதினைந்து பேரும் தியேட்டருக்குள் நுழைந்தபோது ஏகப்பட்ட வரவேற்பு. எட்டு டிக்கெட் கவுண்டர் இருந்த தியேட்டரில் ஒரேயொரு டிக்கெட் கவுண்டர்தான். அதுவும் மெயின் கேட் வழியாகவே... அதில் மேனேஜரே டிக்கெட் குடுத்தார். ஆப்ரேட்டர், மேனேஜர், வாட்ச் மேன் சுப்பு தவிர யாருமில்லை. முருக்கு மிட்டாய் விற்கக் கூட ஆளில்லை. 'யேவாரம் இல்லைன்னு யாரும் கட போடலை கண்ணு... என்று சுப்பு சொன்னார். இவன் வழக்கமாய் உட்காரும் இடத்தைத் தேடிப்பிடித்து படம் பார்த்தான். அதற்குப் பிறகு பலமுறை ஊருக்குச் சென்றாலும் படம் பார்த்ததில்லை. எந்தப் படம் போட்டாலும் கூட்டம் கூடுவதில்லை. தியேட்டர் நஷ்டத்தில் ஓடுவதாகப் பேசிக்கொண்டார்கள்.

படம் முடிந்து தியேட்டரைவிட்டு வெளியே வந்த இவனிடம் "ஏன் ஒரு மாதிரியா இருக்கே...?" என்று முத்துக்குமார் கேட்டான்.

ஒரு நீண்ட பெருமூச்சை விட்டுவிட்டு, “ஒன்னுமில்லை... எங்க ஊரு தியேட்டரை இடிக்கிறாங்களாம்... அதான் ஒரு மாதிரியா இருக்கு...” என்றான்.

“ஓஓ... ஆமா.. நீ அடிக்கடி சொல்லுவயே... அந்தத் தியேட்ட ரையா...?” என்றான்.

“ம்ம்... அந்தத் தியேட்டர்தான். வசூல் ஆகலைன்னு சொல்லிக்கிட்டு இருந்தாங்க.... இப்ப இடிக்கிறாங்களாம்..!”

“அடடா... தியேட்டர் கட்டி எத்தனை வருசமிருக்கும்..?”

“நாற்பது வருசமிருக்கும்...”

“நாற்பது வருசமாச்சா... ரெம்பப் பழைய தியேட்டரா..? சரி விடு. நம்மளுக்கு என்ன... இடிச்சா இடிக்கட்டும்...” முத்துக்குமார் சொன்னான்.

“அப்பிடியெல்லாம் என்னால இருக்க முடியலையே... என்னோட வாழ்க்கையில அந்த தியேட்டர் பல சம்பவங்களுக்கு சாட்சியா இருந் திருக்கு...” என்று சொல்லி நிறுத்தினான். எதுவும் பேசாமல் நீண்ட யோசனையோடு நடந்தான். பழைய சம்பவங்கள் மனத்திரையில் ஓடிக் கொண்டிருந்தன.

இருவரும் பேசிக் கொள்ளாமல் நடந்தார்கள். நீண்ட தூரம் நடந்தும் இவன் ஒன்றும் பேசாமல் மௌனமாகவே வந்தான். இவனது மௌனம் முத்துக்குமாருக்கு ஏதோ ஒன்றை நினைவுபடுத்தியது. இவன் அடுத்த நிலைக்குப் போய்விடக்கூடாது என்பதற்காகவே பேச்சை மாற்றினான்.

“அந்த தியேட்டர் ஸ்கிரீன்ல கடைசியா பேசுன வசனம் எதுவா இருக்கும்...? படம் முடிஞ்சு கடைசியா வெளியில வந்தது யாரா இருக்கும்...? கடைசியா திரையில தெரிஞ்ச முகம் யாருடையது...? படம் நிறுத்துனது தெரியாம வந்து திரும்பிப்போன கடைசி நபர் யார்...? தியேட்டர்ல வேலை பார்த்தவங்க இப்ப என்ன பண்றாங்க...? இதை யெல்லாம் யார்கிட்டயாவது கேட்டயா...?”

முத்துக்குமார் கேட்க.., கேட்க இவன் மனத்திரையில் தியேட்டரின் பிம்பம் வந்து வந்து மறைந்தது... அதில் சில பல சம்பவங்களும், முகங் களும்.

(கல்கி நினைவு சிறுகதைப் போட்டி - 2018 பிரசுரத்திற்குத் தேர்வான கதை)

7

கதையுதிர் காலம்

தாத்தாவுடன் பிறந்தவர்கள் நான்கு பேர்கள். இரண்டு ஆண்கள் இரண்டு பெண்கள். அப்பாவுக்குத் திருமணமாகுமுன்பே தாத்தாவின் தங்கையும் தம்பியும் இறந்துவிட்டார்கள். நான் சிறுவனாக இருந்தபோது தாத்தாவுக்கு கண் தெரியாது. தாத்தாவின் இன்னொரு தங்கையான பொன்னம்மா பாட்டி கணவர் இறந்த பிறகு எங்கள் வீட்டில்தான் இருந்தார். அந்தப்பாட்டிக்கு வாரிசுகள் இல்லை. அதனால்தான் என்னவோ என்மீது அவளுக்குக் கொள்ளைப் பிரியம். என்னை அரவணைத்ததும் எங்கு சென்றாலும் அழைத்துச் செல்வதும் அவர்தான். என்னைக் கதைகளின் உலகுக்குக் கைப்பிடித்து அழைத்துச் சென்ற முதல் ஆசான் பொன்னம்மா பாட்டிதான்.

நான் ஒன்றாம் வகுப்பு படித்துக் கொண்டிருந்தபோது, விடுமுறை நாளில் பாட்டியின் புகுந்த வீட்டிற்கு என்னை அழைத்துச் சென்றார். ஆண்டிபட்டி பக்கம் வைகை நதியின் தென்கரையில் நடுக்கோட்டை கிராமம்தான் எனது முதல் வெளியூர்ப் பயணம். ஆண்டிபட்டியில் இறங்கி அங்கிருந்து நடுக்கோட்டைக்கு சந்தை வண்டியில்தான் பயணம் செய்தேன். நள்ளிரவில் நான் சென்றபோது அந்த நேரத்திலும் சுடச்சுடக் கோழிக் குழம்பும் சோறும் போட்டார்கள். பத்து நாட்கள் அங்கிருந்துவிட்டு சொந்தவூர் திரும்பினேன்.

சின்ன வயது முழுவதும் பொன்னம்மா பாட்டியுடன்தான் கழிந்தது. தனக்குத் தெரிந்த எல்லாக் கதைகளையும் எனக்குச் சொல்வார். இரவு, பகல் என்று எப்போது கேட்டாலும் கதைகள் சொல்ல அவள் தயங்கியதே இல்லை. ஏழு கன்னிமார்களின் கதையும், அப்பா அம்மாவையிழந்த அண்ணன் தங்கை இருவரும் காட்டில் கீரைபுடுங்கி மண்சட்டியில்

சமைத்தபோது, கடவுள் அருளால் மண்சட்டி பொன்சட்டியான கதையும், அழகான பெண்களையெல்லாம் அந்தப்புரத்துக்குத் தூக்கிச்செல்லும் ராஜாவின் கதையும், கண்டமனூர் ஜமீன் அழிந்த கதையும் என சொல்லிக் கொண்டே இருப்பாள். அவள் சொல்லும் கதைகளை மனதிற்குள் சித்திரமாக்கிக்கொண்டே கேட்டுக்கொண்டிருப்பேன்.

பாட்டி சொன்ன கதைகள் பல என்னிடமிருந்து மறைந்துவிட்டன. பாட்டியின் கதைகள் எல்லாமே ஏமாற்றப்பட்ட பெண்களின் கதைகளாகவே இருந்திருப்பது இப்போது புரிகிறது. அந்த வயதில் கதை கேட்கும் ஆவலில் பாட்டியின் அருகில் படுத்துக்கொண்டு கதைகேட்டுக் கொண்டே உறங்கியது மட்டுமே இன்னும் நீங்காமலிருக்கிறது.

பாட்டிக்கென்று தனியாக எந்தவிதமான ஆசாபாசங்களுமில்லை. விடுமுறை நாட்களில் தோட்டத்திற்கு கூட்டிச்செல்வார். பூவரசமரத்தடியில் என்னை உட்கார வைத்துவிட்டு, கீரை பறித்துக்கொண்டு வருவார். தின்பதற்கு கொய்யாப்பழம் புடுங்கித் தருவார். வாழையிலைகளை வெட்டி சின்னதாய் ஒரு கட்டு கட்டுவார். வீடு திரும்பும் வழியிலுள்ள செட்டியார்கடையில் அதை விற்று, அதில் கிடைக்கும் காசில் தனக்குத் தேவையான வெற்றிலைப்பாக்கும், எனக்கு கிழங்கு மசாலாவும் வாங்குவார்.

நான் ஆறாம் வகுப்பு படிக்க பக்கத்தூர் பள்ளிக்கூடம் போகத்தொடங்கிய பிறகு பாட்டியின் உடல்நலம் பாதிக்கப்பட்டது. ஒரு சாயங்கால நேரத்தில் பாட்டி இறந்துபோனார். பாட்டிக்கான இறுதி கடமைகளை யார் செய்வது என்ற பிரச்சினை வந்தபோது தாத்தாவே செய்தார். கண் தெரியாத தாத்தாவை சுடுகாட்டுக்கு அழைத்துச் சென்று, பாட்டியின் சவக்குழியில் தாத்தா மண்ணைத் தள்ளிய பிறகு, தாத்தாவை வீட்டுக்கு அழைத்து வந்தேன். நான் பார்த்த முதல் சுடுகாட்டு நிகழ்ச்சி அதுதான். பாட்டியை புதைகுழியில் இறக்கியபோது, அவளோடு சேர்த்து அவளது கதைகளும் புதைக்கப்படுவதுபோல அப்போது தோன்றியது.

பல நாட்கள் ஒருவித வெறுமையை நான் உணர்ந்தேன். இரவுகளில் கதை கேட்காமல் தூக்கமே வராது. அரையிருட்டில் விட்டத்தைப் பார்த்துக் கொண்டே படுத்திருப்பேன்.

வளர்ந்து ஊருக்குள் சுற்றத்தொடங்கிய பிறகு, பாட்டியின் புகைப் படத்தைத் தேடிப் பார்த்தேன்... கிடைக்கவில்லை. ஒல்லியான... கருத்த... கூர்மையான முகத்தோடு பல்லில்லாத பொக்கைவாயை உடைய முகம் தான் இன்றும் என் மனக்கண்ணில் நிழலாடுகிறது.

பொன்னம்மா பாட்டியின் மறைவுக்குப் பிறகு நான் அதிக நாட்கள் திரிந்தது என் தாத்தாவுடன்தான். கொஞ்ச நாட்களிலேயே பாட்டியின் இடத்தைத் தாத்தா நிரப்பத் தொடங்கினார். தாத்தாவுக்கு கண் தெரியா விட்டாலும் செவிவழிச் செய்திகளைக் கேட்டு, நல்லது கெட்டதை ஆராயும் திறன் இருந்தது. ஊரில் நடக்கும் நல்லது கெட்டதுக்கெல்லாம் தாத்தாவை அழைப்பார்கள். தாத்தாவோடு போவேன். அங்கு பேசும் விசயங்கள் புரியாத போதும் நான் ஆர்வத்தோடு செல்லக் காரணம் தாத்தாவை உபசரிக்கும் விதம்தான். வடை, காபி, இட்லி, கறியும் சோறும் என வகை வகையாய் தின்பதற்கு பதார்த்தங்கள் கிடைக்கும்.

தாத்தா நல்ல உயரம். காலில் செருப்பு போடமாட்டார். வெள்ளை ஜிப்பாவும் வாயில் வேட்டியும்தான் கட்டுவார். வேட்டியிலும் சேராமல் துண்டிலும் சேராமல் நீளமான அங்கவஸ்திரத்தைத் தோளில் போட்டுக் கொள்வார். தாத்தாவுக்குப் பல்லில்லை. பல் இருக்கும் வரையில் வெற்றிலை போட்டதாகச் சொல்வார்கள். பல் போனபின் புகையிலைதான் போடுவார். அதுவும் திண்டுக்கல் அங்கு விலாஸ் புகையிலை என்றால் ரெம்பப் பிரியத்தோடு போடுவார். வாழைமட்டையில் கட்டி கொடுக்கப்படும் வாசனை நிறைந்த அங்குவிலாஸ் புகையிலைப் போடுவதை கௌரவமாக நினைத்த காலமது. புகையிலைத்தூளை வாயில் ஒதுக்கிக்கொண்டு, இடது கைவிரலைகளை உதடுகளுக்கு மத்தியில் வைத்து, ‘புளுச்... புளுச்...‘ என்று எச்சில் துப்பத்துப்ப செம்மண் தரையெல்லாம் கருப்பாய் மாறிக்கிடக்கும். கிராமத்தில் எல்லோரும் கூடியிருக்கும் சபைகளில் தாத்தா தனது கனத்த குரலில் பேசினால் சபை அமைதி காக்கும். ஊர்க் கூட்டத்தில் தாத்தா பேச்சுக்கு மறுபேச்சு இருக்காது.

தாத்தாவைத் தேடி நிறைய பேர் வந்து கொண்டிருப்பார்கள். அப்படி வருபவர்களில் ராமலிங்கம் வாத்தியார் முதன்மையானவர். அவர் வந்தாலே தாத்தாவிடம் ஒருவித பரபரப்பு தொற்றிக் கொள்ளும். அவர் வரும்போது தாத்தாவுக்குப் பிடித்த பூந்தி வாங்கிக் கொண்டு வருவார். ராமலிங்க வாத்தியாரும் தாத்தாவும் மணிக்கணக்கில் பேசுவார்கள். அரசியலையும் நாட்டு நடப்புகளையும் விலாவாரியாகப் பேசுவார்கள். தாத்தா காங்கிரஸ்காரர். ராமலிங்கம் வாத்தியார் தி.மு.க.காரர். ரெண்டு பேரும் சண்டை போடுவதுபோல பேசுவார்கள். கடைசியில் சிரித்துக் கொண்டே பேசுவார்கள். அவர்கள் அரசியல் பேசுவது எனக்குப் புரியாத போதும் ஏதோவொரு மயக்கத்தில் பக்கத்தில் உட்கார்ந்து கேட்டுக் கொண்டிருப்பேன்.

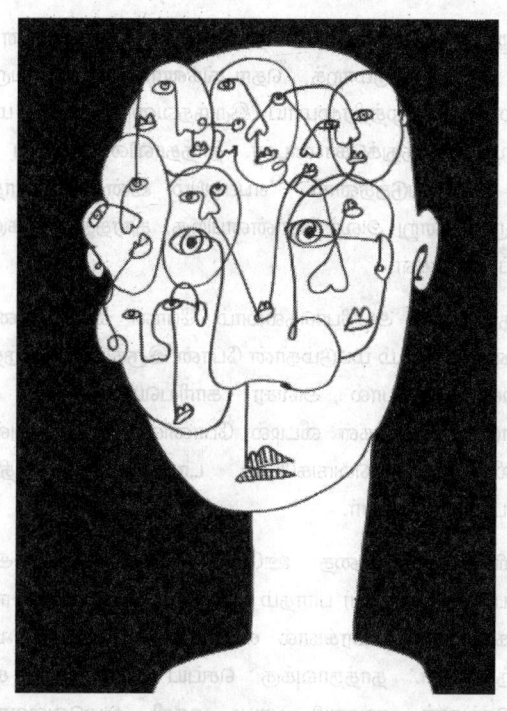

தாத்தாவும் சின்னவெள்ளைத் தாத்தாவும் எப்போது பேசினாலும் வேட்டைக்குப்போன கதையைத்தான் பேசுவார்கள். மலைகளைப் பற்றியும், மலைகளில் வாழும் மிருகங்களின் பெயர்களைப் பற்றியும் இவர்களின் உரையாடல் மூலமாகவேதான் தெரிந்துகொண்டேன். கனவுகளில் தனியாக அந்த மிருகங்களுடன் சண்டை போட்டிருப்பேன். தாத்தாவோடு பேசுவதற்காக வருகிற எல்லோருமே கதை சொல்லி களாகவே இருந்தார்கள். சாய்வு நாற்காலியும், பனைநாரில் தயாரித்த கட்டிலும் வீட்டு முற்றமும் தாத்தாவின் அடையாளம்.

புரட்டாசி மாதத்தில் மழை பெய்யத் தாமதமானால் ஊரே ஒன்றுகூடி பாரதம் படிப்பார்கள். பாரதம் படிப்பதில் பாலு வாத்தியார் திறமை யானவர். மகாபாரதத்தின் கதைகளை ராகம் போட்டு வாசிப்பார். அவர் வாசித்து முடிக்கவும் ராமலிங்க வாத்தியாரும் தாத்தாவும் விளக்கம் சொல்வார்கள். தாத்தாவுக்கு மகாபாரத்தில் தருமன் பாத்திரம் ரொம்பவும் பிடிக்கும். சித்தப்பாவுக்கும் ஊரில் பலருக்கும் தருமர் என்றே தாத்தா பெயர் வைத்தார்.

தொண்ணூறு வயதைக் கடந்த பிறகு, தாத்தாவின் நடமாட்டம் குறைந்து, நிலை தடுமாறத் தொடங்கினார். ஒரு வருடம் படுத்த படுக்கையில் பீயும் மூத்திரமுமாய் இருந்தவரை, அவரு மனைவியான ராமாயி பாட்டி பார்த்துக்கொண்டார். தாத்தாவின் சாவை வெங்கடேஷ் டாக்டர்தான் உறுதிபடுத்தினார். "எப்படியும் இன்னக்கி ராத்திரி அய்யா போயிருவாரு" என்று அவர் சொன்னபிறகு, தூரத்து ஊர்களுக்கெல்லாம் ஆள் அனுப்பினார்கள்.

இப்போது போல அப்போதெல்லாம் போன் வசதியில்லை. ஊருக்கு ஒருத்தர் ரெண்டுபேரிடம் மட்டும்தான் போன் இருக்கும். சொந்தபந்தங்களில் யார் வீட்டில் இதுபோல அவசர காரியமென்றாலும் சித்தப்பாதான் போன் போடுவார். எங்கள் வீட்டில் போனில்லை. ஊரிலுள்ள ஏ.எம்.ஏ. ஹோட்டலிலிருந்தும், வெங்கடேஷ் டாக்டர் ஆஸ்பத்திரியிலிருந்தும் சித்தப்பா போன் பேசுவார்.

தாத்தாவின் மரணத்தை ஊரே கொண்டாடியது. அன்று இரவு முழுவதும் பாலு வாத்தியார் பாரதம் படித்தார். ஒவ்வொரு சாதியிலிருந்தும் மாலை, கோடி, நிரை மரக்கால் என்று நாள்முழுவதும் மக்கள் வந்து கொண்டிருந்தார்கள். தாத்தாவுக்கு செய்ய வேண்டிய கடமைகளைச் சித்தப்பா செய்தார். ராமாயி பாட்டி கதறி அழவெல்லாம் இல்லை. ஆனால், கொஞ்சநாட்களுக்கு யாரிடமும் பேசாமலேயே இருந்தார். ஒரு இடைவெளிக்குப்பிறகு என்னிடம்தான் பேசினார்.

எனது தந்தைவழிப் பாட்டியைப் பற்றி சொல்வதற்கு ஏராளமான விசயங்கள் உள்ளன. பாட்டிக்கு படிப்பனுபவமில்லை. தாத்தாவின் நிழலிலேயே வாழ்ந்தவள். தாத்தாவின் மறைவுக்குப் பிறகு, பாட்டி யார் வீட்டில் இருப்பது என்ற கேள்வி வந்தபோது இரண்டு வீட்டிலும் மாறிமாறி வாழ்ந்து கொள்ளட்டும் என்று அப்பாவும் சித்தப்பாவும் சொல்லி விட்டார்கள்.

தாத்தாவுக்குப்பின் ராமாயி பாட்டி என் கதை சொல்லியாக மாறி இருந்தார். பொன்னம்மா பாட்டியும், தாத்தாவும் சொன்ன கதைகள் வேறு வடிவங்களில் ராமாயி பாட்டியிடமிருந்து வந்தது. தூங்குவதற்கு முன்பு பாட்டி கதை சொல்லும். பாட்டி கதைகளில் பெரும்பாலும் நடந்த சம்பவங்கள்தான் இடம்பெறும். ஊர் எரிந்த சம்பவம் நிச்சயம் இடம்பெறும். பலமுறை நாங்கள் கேட்டிருந்தாலும் பாட்டி மீண்டும் மீண்டும் சொல்லும்போது முன்பு கேட்டிராத புதிய செய்திகள் சேர்ந்துகொள்ளும்.

திருமணமாகி வந்த புதிதில் முதன்முதலாகச் சமையல் செய்ததையும், அதில் அளவுக்கு அதிகமாக காரம் இருந்ததையும், எதையும் பொருட்படுத்தாமல் தாத்தா சாப்பிட்டதையும் பாட்டி பெருமையோடு சொல்லும் அழகை நாங்கள் வெகுவாக ரசித்ததுண்டு.

தாத்தாவின் தோற்றத்தைப் பற்றியும், அவரது ஆளுமையைப் பற்றியும் இப்போதும்கூட நிறைய புனைகதைகளை ஊரில் சொல்லுவார்கள். பாட்டியின் கதைகளில் தாத்தாவுக்கு இருந்த 'தொடுப்பு'கள் பற்றிய செய்தியும் வரும். திருமணத்திற்கு முன்பே தாத்தா கொஞ்சமல்ல, நிறைய 'முன்பின்' இருந்தவர். திருமணத்திற்கும் பின்னும் அது தொடர்ந்திருக்கிறது. பாட்டி பிறந்த ஊரில்கூட தாத்தா தொடுப்பு வைத்திருந்ததைப் பற்றியும் சொல்லுவார். தாத்தா உயிரோடிருந்த காலத்தில் வாய் திறக்காத பாட்டிதானா இப்பிடிப் பேசுகிறார் என எண்ணத் தோன்றும். வாழ்நாள் முழுதும் ஊர் நாட்டாமை செய்துகொண்டே சொத்தையெல்லாம் அழித்த பெருமை(?) பற்றி பாட்டி சொல்லிக்கொண்டே இருப்பார். ஊரை ஒட்டியுள்ள பல நிலங்கள் எங்களுக்குச் சொந்தமானவை. எல்லாத்தையும் கால் விலைக்கும் அரை விலைக்கும் விற்றுத் தீர்த்தவர் தாத்தா என்று பாட்டி அடிக்கடி சொல்வார். என் அப்பாவின் வாலிபம்தான் குடும்பத்தை மீண்டும் தலைநிமிரச் செய்தது என்று பாட்டி சொல்வார்.

இதுவெல்லாம் பாட்டியின் விட்டுக்கொடுக்கும் தன்மையா...? அல்லது தாத்தாவின் 'ஆம்பள சிங்கம்' பெருமையா...? தாத்தாவால் தான் பட்ட துன்பத்தின் பகிர்வா என்று எதையுமே பகுத்துப்பார்க்க முடியாத வயதில் நாங்கள் சும்மா கேட்டுக்கொண்டே இருந்ததுண்டு. பாட்டி தன் கடைசி காலத்திலும் தாத்தாவைப் பற்றியே பேசிக் கொண்டிருந்தார். அந்தப் பெருமை(?)யும் தாத்தாவைச் சாரும்..

பணிகள் செய்வது பாட்டிக்குச் சலிக்காத ஒன்று. நாங்கள் இருந்த வீட்டை மாற்றி, சிமெண்ட் ஓடு போடும்போது பாட்டிதான் நிறைய வேலைகள் செய்தார். சித்தப்பா வீடு கட்டிய காலத்தில் வீட்டை பார்த்துக் கொள்வதும், சுவர்களுக்கு தண்ணீர் ஊற்றுவதும் பாட்டிதான்.

அறுவடை காலத்தில் கிடக்கும் நெல்லைப் பாதுகாப்பது, கருக்கா நெல்லை வீணாக்காமல் ஒரு சாக்குப் பையில் அள்ளிக்கொண்டு வந்து அவித்து, அரைத்து, அதில் கிடைக்கும் சொற்ப அரிசியைக்கூட பாட்டி யால் வீணாக்க மனம் வராது. மீந்துபோகும் குழம்பு, ரசம் போன்ற வற்றைக்கூட பாட்டி கீழே ஊற்றியதில்லை.

அவ்வப்போது வெற்றிலை போடுவது மட்டுமே பாட்டியின் வழக்கம். பள்ளிப் படிப்பை முடித்துவிட்டு, ஆளுக்கொரு வேலையில் அமர்ந்த பின்பு, பாட்டி எங்களிடம் தன்னுடைய சின்னச்சின்னச் செலவுகளுக்கு காசு வாங்கும் காலமும் வந்தது.

நான் எனது சித்தப்பாவோடு சேர்ந்து ஏலச்சீட்டு நடத்திக் கொண்டிருந்தபோது, வசூல் எல்லாம் முடித்துவிட்டு இரவு சாப்பாட்டுக்கு வீட்டுக்கு வரும்நேரம் வரை பாட்டி காத்திருப்பார். நான் கொடுக்கும் ஒரு ரூபாய் தான் பாட்டியின் வெற்றிலைச் செலவு.

பாட்டி தனது தொண்ணூற்று நான்கு வயது வரையில் வாழ்ந்தார். பாட்டி தாத்தாவைப்போல நீண்ட நாட்கள் படுத்தபடுக்கையாய் கிடக்கவில்லை. இரண்டு நாட்கள் மோசமான நிலையில் இருந்தார். மூன்றாம் நாள் புத்தி பேதலித்து பேசத் தொடங்கினார். தான் மேலோகம் சென்ற தாகவும், 'உனக்கு இன்னும் நாட்கள் இருக்கு திரும்பிப் போ' என்று தாத்தா சொல்லி அனுப்பியதாகவும் பேசினார். எல்லோரும் வந்து வந்து பார்த்துச் சென்றார்கள்... நான்காம்நாள் சுயநினைவை இழந்தவர் அன்று இரவே இறந்துபோனார். பாட்டி மறைவின்போது என் அப்பாவுக்கு 65 வயது. தனது முதிய வயதினில் தாய்க்குச் செய்ய வேண்டிய காரியங்களைச் செய்தார்.

பாட்டிகளையும், தாத்தாக்களையும் இழந்துவிட்டு அப்பா அம்மாவோடு வாழ்ந்து கொண்டிருந்த காலங்களில் கதை கேட்கவோ, அவர்களோடு உட்கார்ந்து பேசவோ நேரமில்லா வாழ்வை வாழ்ந்து கொண்டிருந்தோம்.. அப்பாவும் அம்மாவும் அடுத்தடுத்து மறைந்த பிறகு, பெரியோர் இல்லா முற்றங்களாய் வீடுகள் வெறிச்சோடிக் கிடந்தன. பேங்க் லோன் போட்டு வீடு கட்டும் என் பிள்ளைகளின் வீடுகளில் முற்றங்களும் திண்ணை களும் இருக்க வேண்டிய இடங்களுக்குப் பதிலாக அட்டாச்சுடு பாத்ரூம் அறைகள் உருவாகிக் கொண்டிருக்கின்றன.

(காமதேனு, அக்டோபர்-2019 இதழில் வெளியான கதை.)

8

புதுக்கணக்கு

“இதோடு ஆறு நாளா வந்து போறேன். ஒரு நாளைக்கு நூறு ரூபாய் செலவாகுது. மூவாயிரத்து எழு நூறு ஸ்டைபெண்ட் தொகைக்கு இப்படி அலைய விடுறேங்களே... சார்?”

“நான் என்னம்மா பண்றது? ஓங்க பேங்க் அக்கவுண்ட் நம்பர் தப்பா இருக்கே...!”

“பேங்க் பாஸ் புக் ஜெராக்ஸ் குடுத்திருக்கேன் சார். டிரைனிங் ஸ்டாட் பண்றப்ப குடுத்த ஃபார்மெட்லயும் எழுதிக் குடுத்தேனே சார்.”

“என்னம்மா ரெம்ப பேசுறே?”

“உண்மையைத்தான் சார் பேசுறேன்!”

“அப்ப நான் பொய் சொல்றேனா?”

“எனக்கு கெடைக்க வேண்டிய பணம் கெடச்சா போதும் சார். நீங்க பொய் சொல்றீங்கன்னு சொல்லல சார்.”

“உன்னைய யாரோ தூண்டி விடுறாங்க.”

“யாரும் தூண்டி விடுற அளவுக்கு நான் சின்னப்பொண்ணு இல்லை. நானும் படிச்சவதான்.”

“படிச்ச பிள்ளை மாதிரி பேசலையே... ஒரு ஆபீசருகிட்ட எப்பிடிப் பேசணும்கிற மொறை தெரியலையே..!”

“சார், வளவளன்னு பேச்சை வளர்க்க நான் விரும்புல. எனக்கு ஸ்டைபெண்ட் பணம் கெடைக்குமா? கெடைக்காதா?”

“அதை நான் சொல்ல முடியாது. இந்த ஆபீசுல சாதாரண அக்கவுண் டண்ட் நான். எனக்கு மேலே நெறைய ஆபீசருங்க இருக்காங்க. அவங்க வரட்டும்.”

“உங்க மேலதிகாரியைப் பார்த்து நான் கேட்கவா, சார்?”

“நீ கேட்காதே. நானே கேட்டு உனக்கு தக்வல் சொல்றேன்.”

“எப்ப சொல்வீங்க?”

“நாள் நேரமெல்லாம் குறிச்சு குடுக்க முடியாது. கேட்கும்போது கேட்டு, சொல்லும்போது சொல்றேன்.”

கணக்காளர் பேச்சில் இருந்த இறுமாப்பைப் பார்த்த ஜெயந்திக்கு ஜிவ்வென்று கோபம் வந்தது. தன் இக்கட்டான சூழலை நினைத்து அடக்கிக்கொண்டாள். இலவச பயிற்சி, பயிற்சி முடிந்ததும் சான்றிதழ் கிடைக்கும். ஊக்கத்தொகை கிடைக்கும், தொண்ணூறு நாள் பயிற்சியில் விடுமுறையெல்லாம் போக ஏழாயிரத்து ஐநூறு ரூபாய்க்கு ஜெயந்தியிடம் வவுச்சரில் கையெழுத்து வாங்கினார்கள். வங்கிக் கணக்கு எண்ணையும் வாங்கினார்கள். இ.சி.எஸ் பண்ணுவதாகவும் சொன்னார்கள். முப்பது பேரில் பத்து நபர்களின் கணக்கில் பணம் ஏறவில்லை. ஒவ்வொருவராக ‘வந்து’ ‘பாத்து’ சென்ற பிறகுதான் பணம் ஏறியது. மற்றவர்களுக்கு பணம் ஏறுவதுபோல தனக்கும் பணம் ஏறும் என்று நினைத்துக்கொண்டு ‘வந்து’ ‘பார்க்காமல்’ இருந்த ஜெயந்திக்கு மட்டும் ஏறவில்லை.

பதினெட்டு வயது முதல் முப்பத்தைந்து வயது வரையுள்ள ஏழைப் பெண்களுக்கு இலவசமாக தொழிற்பயிற்சி வழங்கும் அலுவலகம் அது. கடந்தாண்டு வரையில் பயிற்சியாளர்களுக்கான ஊக்கத்தொகையை காசோலையாகவும், வரைவோலையாகவும் கொடுத்துக் கொண்டிருந் தார்கள். சம்பந்தப்பட்ட நபர்களின் வங்கிக் கணக்கில் நேரடியாகச் செலுத்திடும் பழக்கம் இந்தாண்டு தொடங்கப்பட்டு உள்ளது.

கணக்காளர் பலவேசத்துக்கு இது பிடிக்கவில்லை. “இது என்ன மடத்தனமான சிஸ்டம். நம்ம ஆபிஸ் கணக்கு ஒரு பேங்குல இருக்கு. இங்க டிரைனிங் வந்தவங்களுக்கு வேற வேற பேங்குல கணக்கு இருக்கு. பாதிப்பேருக்கு கணக்கே இல்லை. எவனாவது ஏ.சி. ரூம்ல உட்காந்திட்டு எடுக்குற முடிவை நம்ம தலையிலையா உருட்டுவது” என்று புலம்பிக்கொண்டு இருந்தார்.

பலவேசம் பல நெளிவு சுழிவுகள் கொண்ட மனிதர். எல்லா வேலை களையும் இழுத்துப்போட்டுச் செய்வார். அதனால் அவர் நல்லவர் என்று எல்லோரும் நம்பி விடுவார்கள். ஆனால் அவர் நல்லவர் இல்லை. ரொம்ப நாளா இதே அலுவலகத்தில் குப்பை கொட்டுபவர் என்பதை விட சுரங்கம் தோண்டுபவர் என்று சொல்லலாம்.

“இந்த ஆபீசுல என்னென்ன பைல் இருக்கு. அதுல ‘டம்மி’ பைல் எது? ‘பசை’யான பைல் எது? ‘வறட்சியான பைல்’ எதுன்னு

பலவேசத்துக்கு அத்துப்படி. அவரே பைலை எடுத்து எழுதி ரெடி பண்ணி, ரெம்ப பவ்வியமா சம்மந்தப்பட்ட செக்சன் அஸிஸ்டெண்ட் கிட்ட கையெழுத்தும் வாங்கிடுவாரு. 'மத்த' டீலிங்கையும் முடிச்சிடுவாரு. ஆடிட் பிரச்சினை வரும்போது மட்டும் 'செக்சன் அஸிஸ்டெண்ட் தான் பைல் போட்டாங்க. பில் பாஸ் பண்ணினாங்க. நான் செக் மட்டும் எழுதினேன்'னு லாவகமா தப்பிச்சிடுவாரு. இவருக்குப் பயந்து எத்தனையோ பேரு இந்த ஆபீசுக்கு வருவதில்லை. இங்க ஆல் இன் ஆல் பலவேசம்தான்... குளிப்பாட்ட வேண்டியவனக் குளிப்பாட்டுவாரு... கவுத்த வேண்டியவனைக் கவுத்துவாரு" என்று பலவேசம் புகழ் பாடுவார் ஜானகிராமன்.

"ஏம்மா ஜெயந்தி... இங்க வா". பலவேசம் சாந்தமாக ஜெயந்தியை அழைத்தார்.

"சொல்லுங்க சார்" என பக்கத்தில் சென்றாள்.

"சாப்பிட்டீயாமா?"

"ம்... சாப்பிட்டேன் சார்."

"உட்காரும்மா."

ஜெயந்தி உட்கார்ந்தாள். அலுவலகத்தில் ஒவ்வொருவராக வர ஆரம்பித்து பணிகளைத் தொடங்கிக் கொண்டிருந்தார்கள். அலுவலக

கண்காணிப்பாளர் வந்தார். 'என்ன' என்று கேட்டார். "அதல்லாம் ஒண்ணு மில்லை சார்" என்று பலவேசம் சொன்னார். கண்காணிப்பாளர் தனது இருக்கையில் அமர்ந்தார். பெல் அடித்தார். அலுவலக உதவியாளர் வந்தார். "அட்டெண்டண்ஸ் ரெஜிஸ்டரை உள்ளே கொண்டு போய் வை" என்றார். தனக்கு விதிக்கப்பட்ட மிகப் பெரிய பணியை முடித்து விட்ட திருப்தியில் செல்போனை எடுத்து விரல் பதித்தார். அலுவலகமே அமைதியில் மூழ்கியது. அவரவர் சக்திக்குத் தகுந்தவாறு ஏதோவொரு செல்லை வைத்து, அதில் விரல் பதித்து மூழ்கிக் கிடந்தார்கள். யாரும் யாரையும் கவனிப்பதுபோல தெரியவில்லை.

சுற்றும் முற்றும் தனது பார்வையைச் செலுத்திய பலவேசம், ஜெயந்தியின் பக்கம் திரும்பி, "வாம்மா கேண்டியன்ல டீ சாப்பிட்டு வருவோம்" என்று சொன்னார். "வேண்டாம் சார்" என்றாள் ஜெயந்தி. ஜெயந்தியை கூர்ந்து நோக்கி மிக மிக தணிந்த குரலில், "இங்க வச்சு எல்லாத்தையும் பேச முடியாது. கேண்டீன் வா. ஒனக்கு ஒரு ஐடியா சொல்றேன்" என்றார்.

ஜெயந்தி அரை மனதோடு கேண்டீன் புறப்பட்டார். கண்காணிப் பாளரிடம் சொல்லிவிட்டு, இவரும் பின்தொடர்ந்தார். இன்னும் தேநீர் குடிப்பதற்கான நேரம் வராததால் கேண்டீனில் கூட்டம் குறைவாகவே இருந்தது. "காபியா? டீயா?" எனக்கேட்டு, தனக்கு காபியும் ஜெயந்திக்கு டீயும் ஆர்டர் செய்துவிட்டு, ஒதுக்குப்புறமாக இருந்த டைனிங் மேஜையில் உட்கார்ந்தார்.

இருவருக்குமிடையில் ஒரு மௌனம் நிலவியது. பலவேசம் கண்ணை மூடி யோசித்துக் கொண்டிருந்தார். இது அவருடைய பழக்கம். எதை யாவது பேசுவதற்குமுன் நீண்ட நேரம் யோசிப்பது போல நடிப்பார். யாராவது கேட்டால் "நான் மனவளக் கலை பயின்றுள்ளேன்" என்று சொல்லுவார்.

"ஜெயந்தி... நீ டிரைனிங் சேரும்போது பணம் குடுத்தியா?"

"யாருக்கு சார்?"

"டிரைனிங் இன்ஸ்டியூட்டுக்கு."

"குடுக்கலை சார்."

"ஏன் குடுக்கலை?"

"இது இலவச டிரைனிங்குன்னுதானே சொல்லி அப்ளிகேசன் வாங்குனாங்க. அப்புறம் எதுக்கு பணம் குடுக்கணும்?"

"நடைமுறைச் செலவுகளுக்கு பணம் தேவைப்படாதா?"

“புரியலை சார். என்ன நடைமுறைச் செலவு?”

“நீ புரிஞ்சு பேசுறீயா...? புரியாம பேசுறீயா...? இல்லை.. புரியாத மாதிரி நடிக்கிறீயா...?” பலவேசம் டென்சனானார்.

“இது இலவச பயிற்சி. அதனால யாருக்கும் பணம் குடுக்க வேண்டிய அவசியம் இல்லைன்னுதான் உங்க மேலதிகாரி பயிற்சியைத் தொடங்கி வைக்கிறப்ப சொன்னாரு சார்” நிதானமாகத் தெளிவாக ஜெயந்தி சொன்னார்.

இவர் மீண்டும் கண்ணை மூடினார். இப்போது கேண்டீனில் ஆட்கள் வர ஆரம்பித்தார்கள். சீக்கிரம் பேசி முடித்துவிட்டு, எழுந்து போக வேண்டிய கட்டாயம் ஏற்பட்டது.

“ரெண்டாயிரம் மட்டும் குடுத்துட்டுப் போ... நாளைக்கு ஒன்னோட அக்கவுண்டுல பணம் ஏறிடும்” நிதானமாகச் சொன்னார்.

“என்கிட்ட பணம் இல்லை சார்.”

“சரி. நாளைக்கு ஒன்னோட அக்கவுண்டுல பணம் போட்டதுக்கு பெறகு சாயங்காலம் எடுத்து குடு” விட்டுப் பிடித்தார்.

“அந்தப் பணம் எனக்கு சேர வேண்டியது. அரசாங்கம் தர்ற பணத்துல நான் ஏன் உங்களுக்குத் தரணும்?”

“அதான் சொல்றேனே... நடைமுறைச் செலவுன்னு...” தனது கோபத்தை அடக்கிக்கொண்டு சொன்னார்.

“அந்தப் பணத்துக்கு ரசீது கொடுப்பீங்களா சார்?”

“ரசீதெல்லாம் குடுக்க முடியாதும்மா... இது ஆபீசிக்கான நடை முறைச் செலவுக்கு வாங்குற பணம்” பல்லைக் கடித்துக்கொண்டு, பொறுமையோடு பதில் சொன்னார்.

“ஓங்க ஆபீஸ் அக்கவுண்ட் நம்பர் சொல்லுங்க சார். அதுல நானே போட்டுறேன்.”

இவள் புரிந்து பேசுகிறாளா...? புரியாமல் பேசுகிறாளா... தன்னைக் குழப்ப வேண்டும் என்றே பேசுகிறாளா...? யாராவது சொல்லி அனுப்பி பேசுகிறாளா... உண்மையிலேயே பலவேசம் குழம்பிப் போனார். ஆபீஸில் பணம் வாங்கும் விசயம் அரசல் புரசலாக தெரியத் தொடங்கியிருந்தது. ‘பணம் தரலையின்னா எந்த பில்லும் பாஸாகாது’ என்று இவர் காதுபடவே பலரும் பேசுவார்கள். எதையும் சட்டை செய்யாது ‘கர்மமே கண்ணாய்’ இருந்துவிடுவார். இவரை ‘மாட்டி’ விடுவதற்கு பலரும் முயன்று கொண்டிருப்பதையும் இவர் அறிவார். அதில் ஒரு துருப்பாய்

இவள் இருப்பாளோ என்ற சந்தேகத்தின் அடிப்படையில் நீண்ட நேரம் யோசித்தார்.

கேண்டீனில் ஆட்கள் அதிகமாக வருவதும், ஆர்டர் தருவதுமாய் கூட்டம் கூடியது. பலவேசம் எழுந்து வந்தார். ஜெயந்தியும் வெளியே வந்தார்.

"நீ ஊருக்கு போம்மா... உன் கணக்குல பணம் வரவாயிரும்."

"எப்ப வரவாகும் சார்?"

"இன்னைக்கு சாயங்காலத்துக்குள்ள... நம்பும்மா..."

"நம்புறேன் சார். நான் வரேன்." ஜெயந்தி சென்றுவிட்டாள்.

பலவேசம் நேராக அலுவலகம் சென்று, தன்னுடைய இருக்கையில் அமர்ந்தார். நீண்ட நேரம் கண்மூடி யோசித்தார். எழுந்து ஆபீஸர் கேபினுக்குள் சென்றார்.

"சார் அந்தப் பொண்ணுக்கு ஸ்டைபெண்ட் தொகைய கணக்குல ஏத்திடலாமா...?"

"ஓகே பண்ணிட்டிங்களா...?"

"இல்லைங்க சார்..."

"அப்புறம் எதுக்கு...?"

"அந்தப் பொண்ணு அப்பாவியா இருக்கு... ஆனா வெவரமா பேசுது. நம்மளுக்கு பணத்தைக் குடுத்துட்டு ஆமா குடுத்தேன்னு எல்லார்கிட்டேயும் சொல்லிடும் போல தெரியுது. அதே நேரத்துல பணம் குடுக்காட்டியும் சொல்லும். இந்த ஒரு பொண்ணுக்கு ஃபிரி சர்வீஸ்(?) பண்றதால நமக்குத்தான் லாபம்."

"எப்பிடி?"

"நாளைக்கு எதாவது பிரச்சின வந்தாலும் நமக்கொரு விட்னஸ் வேணாமா...?" என்றார் பலவேசம்.

ஆபீஸர் அமைதியானார்.

(கல்கி, ஜீன் - 2019)

9

நன்நயம்

இந்தக் கடும் வெய்யிலிலும் அந்த இடம் பச்சைப் பசேல் என பசுமை காட்டி இருந்தது. ஐந்து ஏக்கரில் ஒரு பயிற்சி மையம் அது. நாகமலைக்குச் செல்லும் அடிவாரத்தில் வேம்பும், புங்கையும், ஆலும், அரசுமாய் மரங்கள் உயர்ந்து நிற்க, நடைபாதைக்கு இரண்டு பக்கமும் குரோட்டன்ஸ் செடிகள் நின்றன. சமையல் கூடத்திற்கு மேலிருந்த வகுப்பறையைத் தயார்படுத்திக் கொண்டிருந்தார் காமாட்சி. செல்போன் அலறியது. இந்த நேரத்துல யாரா இருக்கும் என்ற எண்ணத்தோடு போனை எடுத்தார்.

"அலோ... ஆரு பேசுறது?"

"நாங்க மேலக்கால்ல இருந்து பேசுறோம். காமாட்சி இருக்காருங்களா?"

"நான்தான் பேசுறேன்."

"பொம்பள கொரலா கேட்குதே."

"ம்ம்.... பொம்பளதான் பேசுறேன்..." தனக்குத்தானே வெட்கப்பட்டுக் கொண்டார்.

"அப்ப காமாட்சி இல்லையா...?"

"யோவ்... ஒனக்கு என்ன வேணும்? அதை சட்டுன்னு சொல்லு, சும்மா ரகளை பண்ணிக்கிட்டு..." காமாட்சி சூடானார்.

"கோவிக்காதிங்கம்மா. சீச்சீ அய்யா. இல்லையில்ல... உன்ன எப்பிடி கூப்பிடுறது?"

“நீ எப்பிடியும் கூட்புட வேணாம், ஒரு மயிரையும் புடுங்க வேண்டாம். போனை வச்சுடட்டா...?”

“வேணாம் வேணாம்... சொல்ல வேண்டியதை சொல்லிடுறேன்...”

“சொல்லித் தொலைய்யா... சும்மா உசுர வாங்காதே...”

“ஒரு லோடு செம்மண் கேட்டிருந்தாங்க, ராத்திரி பன்னெண்டு மணிக்கு மேல கொண்டு வாறேன்....”

“ம்... ஏன் இப்ப பகல்ல கொண்டு வந்தா என்னாவாம்...? நடுச் சாமத்துல வெளக்குப் புடுச்சிட்டுத்தான் வருவீங்களாக்கும்...?”

“அதெல்லாம் ஒனக்கு சொல்ல முடியாது. ராத்திரிக்கு வண்டி வரும். கேட்டை தொறந்து வை” என்று சொல்லிவிட்டு, போனை துண்டித்துக் கொண்டான்.

இதுவொன்றும் புதுசில்லை இவருக்கு. இந்த பதினைந்து வருசத்தில் பாதி ராத்திரி நாட்களை அதுவும் அர்த்த ராத்திரி நாட்களை இப்பிடித்தான் தின்று கொண்டிருக்கிறார்கள். ராத்திரியில் லோடு கொண்டு வருபவர்கள் தனியாக வர மாட்டார்கள். சாராயம் குடித்த வாயோடுதான் வருவார்கள். கேட் வாசலில் வண்டியை நிறுத்தி நீளமான ஒரு ஆரன் அடிப்பார்கள். காமாட்சி எழுந்த நடந்து வருவதைப் பார்த்ததுமே கணித்து விடுவார்கள். “மச்சான் அஜக்குடா...” என்று சொல்லிச் சிரிப்பார்கள். எதையும் சட்டை செய்யாமல் கேட்டைத் திறந்து விடுவதும், வண்டி வெளியேறியதும் மூடுவதிலேயே கண்ணாய் இருப்பார். யாரோடும் அநாவசியமாகப் பேச மாட்டார். அப்படி இருந்தாலும் வருபவர்கள் சும்மா இருக்க மாட்டார்கள். வீம்புக்காகவே இவரது இடுப்பைப் பிடித்து இழுப்பார்கள். சிலர் ‘பின்னால்’ தட்டுவார்கள். ‘நல்ல பெட்டியா இருக்கே... பெட்டி மட்டுமா? சொம்புமா..?’ என்று அசிங்கமாய் பேசுவார்கள். இப்படி எல்லை மீறும்போது, “நாளைக்கு லோடு கொண்டு வரணுமா... வேணாமா...?” என்று மட்டும் சீறுவார். அதுசரி எப்போது அவளாக மாறினார்...? பலருக்கு தெரியாத கதை.

“**கா**மாட்சி கடைசி ஆள். கருப்பா லட்சணமா இருப்பான். ஆறு வயசுக்கு மேலே ஒண்ணாம் வகுப்புல சேர்த்து விட்டாங்க. தன்னோடு படிச்ச வனப்பேச்சிதான் தொணை. ரெண்டு பேரும் ஒன்னாத்தான் பள்ளிக்கோடம் போவாங்க. என்ன காரணமோ தெரியலை வனப்பேச்சி ரெண்டாவதுக்கு மேலே படிக்கலை. வனப்பேச்சி நின்னதால காமாட்சியும்

பள்ளிக்கொடம் போகலை, காமாட்சியோட மூத்த அக்காவுக்கு கல்யாணம் முடிஞ்சு தலைப்பிரசவத்துக்கு தாய் வீட்டுக்கு வந்திருந்தாள். தலைப் புள்ள ஆம்பளப் புள்ள பொறந்துச்சு. அக்கா மகனைத் தூக்கி வைக்கிற வேலை காமாட்சிக்குத் குடுத்துட்டாங்க. பள்ளிக்கூடம் போறதுக்கு இது தேவலையேன்னு காமாட்சி சரின்னு சொல்லிட்டான்" யார் கேட்டாலும் உடையக்கா மடமடன்னு சொல்லுற செய்தி இதுதான்.

"அக்கா மகன் வளர்ந்து பள்ளிக்கூடம் போனபிறகு, அண்ணன் சம்சாரம் பொம்பளப் புள்ள பெத்துட்டா. மூணுமாசம் கழிச்சு புகுந்த வீடு வந்தவ, "ஏலே பொண்டுகா எம் பிள்ளைய தூக்குடா"ன்னு தான் சொன்னாளாம். வேற வழியில்லாம அண்ணன் மகளைத் தூக்குற வேலை காமாட்சிக்கு வந்திருச்சு." இப்படி ஆளாளுக்கு காமாட்சி பெருமை பேசினாலும் பேச வேண்டியதைப் பேசாமல் நழுவி விடுவார்கள். அது காமாட்சி மேலிருக்கும் அன்பா... பயமா...? யார் பேசாட்டியும் செல்லப்பாண்டி மட்டும் தெரியாம தனியா கூட்டிட்டுப் போய் காமாட்சியோட 'அந்த' கதையைச் சொல்லுவான்.

"அது ஒரு அஜக்கு பார்ட்டி. சும்மா ஆம்பள மாதிரி வேட்டி சட்டை போட்டுக்கிட்டு அலையிது. ஊர்ல போயி கேளுங்க. தெரியும்." இப்படிச் சொல்லிவிட்டு, கொஞ்சநேரம் பேசாமல் இருப்பான்.

செல்லப்பாண்டிக்கும் காமாட்சிக்கும் ஆகாது. ரெண்டு பேரும் ஒன்றாக வேலை செய்தாலும் காமாட்சிக்கு சம்பளம் கூடுதல். ஆபீசுல

மதிப்பும் அதிகம். செல்லப்பாண்டி எட்டாம் வகுப்பு படிச்சிருக்கான். காமாட்சி படிக்காத ஆள். இருந்தாலும் காமாட்சி கிட்டதான் எல்லா வேலையையும் குடுப்பாங்க. ஆபீஸ் கூட்டுறது. பயிற்சிக்கு வகுப்பறையை ரெடி பண்ணுறது எல்லாமே காமாட்சிதான். செய்யும் வேலையில் தெளிவும் நுட்பமும் எப்போதும் இருக்கும். அது காமாட்சிக்கு கை வந்த கலை. நடந்துபோகும் பாதையில் நூல் பிடித்தமாதிரி நேராக ஒரே மட்டமாக செடிகளை வைத்திருப்பார். வகுப்பறையில் வெண்பலகையை சுத்தமாகத் துடைத்து, மார்க்கர் பேனாக்களையும், டஸ்டரையும் பக்கத்தில் வைத்திடுவார். ஜன்னல்களைத் துடைத்து மின்விசிறிகளை ஓடச் செய்து., தண்ணீர் பாட்டில்களை நிரப்பி தேவையான இடத்தில் வைத்திடுவார். மதிய உணவுக்கு எல்லோரும் சென்றபின் காலியாக உள்ள பாட்டில்களை நிரப்பிவிடுவார். இந்த வேலையெல்லாம் யாரும் சொல்லாமல் காமாட்சியாகவே செய்வது. வகுப்பாசிரியர்கள் ஏதாவது சிறப்பாக செய்ய நினைத்தால் அந்த வேலையும் செய்து கொடுப்பார்.

செல்லப்பாண்டிக்கு இதெல்லாம் வரவே வராது. செடிகளுக்கு களை வெட்டுறது, தண்ணி பாச்சுற வேலையாத்தான் செய்வான். அதனாலேயே காமாட்சியைப் பற்றி கூடுதலாகவும் குறைச்சலாகவும் எல்லோரிடமும் சொல்லுவான்.

"காமாட்சி கொஞ்சங் கொஞ்சமா வளந்து ஒரு பருவத்துக்கு வந்த பிறகுதான் மாற்றம் தெரிஞ்சது. பொம்பளயாளுக சமாச்சாரம் ரெம்ப புடிக்க ஆரம்பமாச்சு. பத்தாத கொறைக்கு இவனோட அண்ணன் சம்சாரங்க, ரெண்டு பேரும் காமாட்சியை ஒரு ஆம்பளயாகவே நெனைக்கிறது இல்லை. தலையில பேன் பாக்கச் சொல்லுறது, தலை ஒணத்தி விடச் சொல்லுறது, ஜாக்கெட் கொக்கிய போடச் சொல்லுறதுன்னு பொம்பளப் புள்ளைங்க செய்யிற எல்லா வேலையையும் செய்யச் சொன்னாங்க."

"தன்னொத்த வயசுப் பசங்க எல்லாரும் வேட்டி கட்ட ஆரம்பிச்ச சமயத்துல காமாட்சிக்கு பாவாடை கட்டிப் பார்க்க ஆசை. சின்ன மதினியோட உள்பாவாடைய கட்டிக்கிட்டு வராண்டாவுல படுத்துக் கெடந்ததைப் பார்த்த சின்ன அண்ணன் காமாட்சியை பின்னி எடுத்துட்டான்." மாரியம்மாள் தன் பங்குக்கு காமாட்சி கதையைச் சொன்னாள்.

"அதுக்குப் பெறகு பொம்பளயாளுகளோட சேர்ந்து வேலைக்குப் போறது இல்லை. சித்தப்பா மகன் அய்யனார் கூட சேர்ந்து வேலைக்குப் போக ஆரம்பித்தான். அப்பிடி போற நேரத்துலதான் சின்னக்காமனைப்

பார்த்தான். சின்னக்காமனும் காமாட்சியும் ரெம்ப நெருக்கமா போறது, தனியா ஒதுங்குறதுன்னு திரிஞ்சாங்க. ஊருக்குள்ளேயும் இதைப் பத்திப் பேச ஆரம்பிச்சாங்க" என்று சொல்லி நிறுத்திய செல்லப்பாண்டி, சுற்றும் முற்றும் திரும்பிப் பார்த்தான். காமாட்சியின் தலை தெரியவில்லை என்பதை உறுதி செய்துகொண்டு மீண்டும் தொடர்ந்தான்.

"அப்ப ஒருநாள், ஊர் சாவடி முன்னால எல்லாப் பசங்களும் நின்னுக்கிட்டு இருந்தப்ப காமாட்சி அந்தப் பக்கம் வந்தான். "காமாட்சி... காமு... காமேஸ்வரி... உன்னோட ஜோடி எங்கடி...?"ன்னு சத்தம் போட்டு கிண்டல் செஞ்சாங்க. இவனுக்கு கோபமும் வெட்கமும் ஒருசேர வந்திருச்சு, குனுஞ்சு மண்ணை வாரித் தூத்திட்டு, 'நாசமா போங்கடா' என்று சொல்லிட்டு வீட்டுக்கு ஓடிப்போயிட்டான். இப்பிடி பாக்குற எடத்துல எல்லாம் இவனையும் சின்னக்காமனையும் பத்தி பேச ஆரம்பிச்சாங்க. ஒரு நாளு காமாட்சியோட சின்ன அண்ணன் சின்னக்காமன் வீட்டுக்கே போயி சின்னக்காமனை மிதிமிதின்னு மிதுச்சு நொங்கெடுத்துட்டான். "கூடப் பொறந்தவன் பொண்டுகனா இருக்கான். அவனைக் கண்டிக்கத் துப்பில்லை. இங்க வந்து வீரத்தைக் காட்டுறீயாக்கும். போடா ஏள மாட்டாதவனே..."ன்னு சின்னக்காமனோட அம்மா சத்தம் போட்டுச்சு. ரெண்டு பேருக்கும் பெரிய சண்டை வந்திருச்சு. அன்னைக்கி ராத்திரியே காமாட்சியை கொன்னுடலாம்னு அண்ணனும் தம்பியும் பேசி முடிச்சாங்க. ஆனா அக்கா ஒத்துக்கிரலை. எங்கயாவது கண்காணா தேசத்துக்கு அனுப்பலாம். என்னைக்காச்சும் திருந்தி வரட்டும்னு சொன்னாள்." மேற்கொண்டு வார்த்தைகள் வராமல் உடையக்காள் மௌனமானாள். காமாட்சிக்கும் உடையக்காளுக்கும் பதினைந்து வருசத்துப் பழக்கம்.

"ஆந்திராவுல முறுக்குப் போட ஆள் கூப்பிட ஒருத்தன் வந்தான். சாப்பாடு போட்டு சம்பளம், அட்வான்ஸ் ஒரு தொகை குடுக்குறதாச் சொல்லி ஆள் கூப்பிட்டாங்க. காமாட்சியோட அண்ணன்கள் ரெண்டு பேரும் எப்பிடியாவது இவனை அனுப்பிடனும். ஊருல இருந்தா மானம் போகுதுன்னு சொல்லி, அக்கா மூலமாக சொல்லச் சொன்னாங்க. காமாட்சிக்கு மொதல்ல போக மனசில்லை. அவங்க அக்கா வந்து, "தம்பி போடா... கொஞ்ச நாளைக்கு இருந்துட்டு வாடா... அதுக்குள்ள ஒன்னோட பழக்க வழக்கமெல்லாம் மாறிடும்"ன்னு கெஞ்சினாள், தாய் தகப்பன் இல்லாத தனியாளா நின்ன காமாட்சிக்கு அக்காதான் ஆறுதல். அக்கா வீட்டுலதான் கஞ்சி. அக்கா சொல்ல மீற முடியாம, கௌம்பிப் போயிட்டான்".

“போயி ஒரு வருசம் வேலை பார்த்துட்டு, தைப் பொங்கலுக்கு பத்து நாள் லீவுல வந்தப்பதான் இவங்க பெரியண்ணனும் மதினியும் கட்டட வேலைக்கு போறப்ப பைக் மேலே லாரி மோதி, ரெண்டு பேரும் செத்துப் போயிட்டாங்க. ரெண்டு பேருக்கும் செய்ய வேண்டிய காரியத்தெ செஞ்சு முடிச்சு அனாதையா கெடந்த அண்ணன் மகளை காமாட்சிதான் வளர்த்தான்.”

“சித்தப்பனும் மகளும் ஒரே வீட்டுல இருக்காங்க. பக்கத்து வீட்டுல அக்காவும், மாமாவும், மாமா மகனும் இருந்தாங்க. ஒருத்தருக்கு ஒருத்தர் ஒத்தசையா இருந்த நேரத்துல நாகமலையில முயல் வேட்டைக்குப் போன அக்கா புருஷன் பள்ளத்துல தடுமாறி விழுந்து செத்துட்டான்.”

“வயசுக்கு வந்த தாயில்லாத அண்ணன் மகள் ஒரு பக்கம், புருசன பறிகுடுத்த அக்காவும், அக்கா மகனும் ஒரு பக்கம், எல்லாரும் சேர்ந்து ஒரே குடும்பமானாங்க.” மேற்கொண்டு பேச முடியாமல் மாரியம்மாள் விம்பினாள்.

காமாட்சி கடுமையாக உழைத்தார். மதுரை டவுன்ல ராத்திரி நேரத்துல செப்டிக் டேங்க் அள்ளிட்டு, காலையில வீட்டுக்கு வந்து கொஞ்சம் தூங்கி எந்திரிச்சு, மாடுகளுக்குப் புல் அறுத்துக் கொண்டிருந்தார். ஒரு நாள் செல்லப்பாண்டிதான் காமாட்சியிடம் இந்த வேலைக்கு ஆள் தேவை யின்னு சொன்னான்.

சரி. கொஞ்ச நாள் வேலை பாக்கலாம் என்ற எண்ணத்தில் வேலைக்கு வந்தார். இந்தப் பயிற்சி மையத்தில் இருக்கும் செப்டிக் டேங்க் சுத்தம் படுத்துற வேலை... நெறைய நபர்கள் இங்கே வருவார்கள், பயிற்சி மையத்தின் மேனேஜர் ஒரு பெண். அவரோடு சேர்ந்து இரண்டு ஆண்களும் வந்திருந்தார்கள். செப்டிக் டேங்கை சுத்தம் செய்துவிட்டு, பாத்ரூம்களுக்கு பெனாயில் தெளித்துவிட்டு, குளித்துவிட்டு வேறு உடைகள் மாற்றிக்கொண்டு புளியமரத்தடியில் நின்றிருந்தார் காமாட்சி.

செல்லப்பாண்டிதான் காமாட்சியை மேனேஜர் மேடத்திடம் அறிமுகம் செய்தான். “மேடம் இவன்தான் அய்யனாருக்குப் பதிலா வந்திருக்கான்” என்றான். “அப்பிடியா..?” என்றார். “வணக்கம் மேடம்” என்றார் காமாட்சி. பதிலுக்கு வணக்கம் சொல்லிவிட்டு, அவரது அலுவலகத்திற்குள் போய்விட்டார்.

ஒருவாரம் கழிச்சு ஒரு நாள் செல்லப்பாண்டி காமாட்சியிடம், “மேட்ம் ஒன்னைய கூப்புடுறாங்க” என்றான். இருவரும் உள்ளே போனார்கள். மேனேஜர் மேடமும் அந்த ரெண்டு சார்களும் உட்கார்ந்திருந்தார்கள்.

“வாங்க காமாட்சி உட்காருங்க” என்றார் மேனேஜர். “பரவாயில் லைங்க மேடம்” என்று சங்கடத்தில் நெளிந்தார் காமாட்சி. “வேலை யெல்லாம் புடிச்சிருக்கா?” என்று கேட்டார். “புடிச்சிருக்கு” என்றார் காமாட்சி. “வீட்டுல யார் யார் இருக்குறது?”

“அம்மா, அப்பா இல்லை மேடம். அக்கா வீட்டுல இருக்கேன். என்னோட அண்ணன் பொண்ணு எங்ககூட இருக்கு. பாவம் தாய் தகப்பனை எழந்த பொண்ணு...” என்று சொல்லி நிறுத்தினார்.

“இந்த சென்டால நீங்க காலமெல்லாம் வேலை செய்யலாம். ஒங்களைப் பத்தி எல்லாரும் சொன்னாங்க. நீங்க இங்க தங்கி இருந்து வேலை செய்ய முடியுமா...?” என்றார் மேனேஜர்.

காமாட்சி பதிலேதும் சொல்லாமல் யோசித்து நின்றார். “ஒண்ணும் அவசரமில்லை. வீட்டுல பேசிட்டு நாளைக்கு சொல்லுங்க” என்றார்.

யோசித்துக்கொண்டே சமையல்கூடம் சென்றார். உடையக்காவிடம் கேட்டார். “தனபாலு வேலை விட்டு நிக்கப்போறாரு. அதான் ஒன்னையெ கேக்குறாங்க. சரின்னு சொல்லு. உன்னோட ஆயுசுக்கும் வேலை செய்யலாம். நாங்கல்லாம் இருக்கமில்ல...” என்று உடையக்கா சொன்னாள்.

வீட்டில் அக்காவோடும் மகளோடும் பேசினார். மருமகன் பேச மாட்டான். வெவரம் தெரிந்த பையன். ஊரில் மற்றவர்கள் பேசுவதை வைத்தும், காமாட்சியின் நடவடிக்கையை வைத்தும் கொஞ்சங் கொஞ் சமாக வெறுக்கத் தொடங்கிய நேரம் அது.

“சரிப்பா, உனக்கு எது சரின்னு படுதோ அதைச் செய்” என்று சொல்லி கண்ணீரைத் துடைத்துக் கொண்டாள். அடுத்த நாள் மேனேஜர் மேடத்திடம் வந்து, “சரிங்க மேடம் நான் இங்கே தங்கிக்கிறேன்” என்று சொல்லிவிட்டார்.

பதினைஞ்சு வருசமாச்சு, இங்க வந்து. சோப்பு பவுடர் எண்ணைச் செலவு போக மீதப் பணத்தை மாசம் ஒருநாள் ஊருக்குப் போயி அக்காவிடம் தருவார். காலையில் பத்து மணிக்குப் போனால் சாயங்காலம் ஏழு மணிக்கெல்லாம் வந்திருவார். ஊரில் தங்க மாட்டார்.

வேலைக்குச் சேர்ந்த ரெண்டு வருசத்துல அக்கா மகனுக்கும் அண்ணன் மகளுக்கும் கல்யாணம் முடித்தார்கள். மாப்பிள்ளைக்கு செயின் போடுவதற்கு பணமில்லை. ரெண்டு நாள் சுறுசுறுப்பில்லாமல்

இருந்தவரை மேனேஜர் மேடம்தான் என்ன என்று கேட்டார். இவர் விபரம் சொன்னார். அக்கவுண்டன்ட் ரகுவைக் கூப்பிட்டு, ‘‘காமாட்சிக்கு ஐம்பதாயிரம் அட்வான்ஸ் குடுங்க’’ என்றார். ரகு தயங்கி நன்றார். ‘‘நீங்க குடுங்க. நான் ஜாமீன் தர்றேன்’’ என்றார் மேடம். பணத்தையும் கொடுத்து, ஒரு வாரம் விடுமுறையும் கொடுத்தார்கள்.

ஒருவாரம் கழித்து வந்த காமாட்சி முன்னைவிட வேகமாகவும் ஆர்வத்தோடும் வேலை செய்தார். பயிற்சிக்காக வந்து தங்கியிருக்கும் பெண்களுக்கு என்ன தேவையென்றாலும் இவரைத்தான் கேட்பார்கள். சிலர் அந்தரங்க விசயங்களையும் பகிர்வார்கள்.

இந்தப் பயிற்சி மையத்தில் காமாட்சி முழு சுதந்திரம் பெற்ற நபராகவே இருக்கிறார். பயிற்சிக் காலத்தில் பயிற்சிக்கான தயாரிப்பு வேலைகளைச் செய்வதும், பயிற்சியில்லா காலங்களில் செடிகளை நடுவதும், பயிற்சிக் கூடத்தை, தங்கும் அறைகளைச் சுத்தம் செய்வது என எல்லா வேலை களையும் இழுத்துப் போட்டுக்கொண்டு செய்கிறார்.

ஒரு மாலைநேரம் தயங்கித் தயங்கி மேனேஜர் ஆபீஸ் முன் காமாட்சி நிற்பதைக் கண்டு, ‘‘உள்ள வாங்க காமாட்சி’’ என்றார். ‘‘என்ன விசயம்?’’ என்றார். ‘‘மேடம். தோட்ட வேலைக்கு இன்னொரு ஆள் போடப் போறதாச் சொல்றாங்க...’’ என்றார். ‘‘ஆமா’’ என்றார் மேனேஜர். காமாட்சி பேசாமல் நின்றார். ‘‘சொல்லுங்க காமாட்சி ஒங்களுக்குத் தெரிஞ்சவங்க இருக்காங்களா?’’ என்றார். தயக்கத்தோடு ‘‘ஆமாங்க மேடம்’’ என்றார்.

‘‘சொந்தக்காரரா..?’’ என்றார். ‘‘ரொம்ப வேண்டியவர் மேடம்’’ என்று சொல்லி தலைகுனிந்தார். ‘‘அவருக்கு வயசு எவ்வளவு? பேரு என்ன?’’ என்றார் மேடம்

‘‘அறுவது வயசிருக்கும் மேடம். வீட்டுக்காரம்மா இல்லை. ஒத்த மகன். கஞ்சி ஊத்தாம பத்தி விட்டுட்டான். நாம குடுக்குற சம்பளத்தை வாங்கிக்கிட்டு வேலைச் செய்வாரு. சாப்பாடு போட்டா போதும். நல்லா வேலை பாப்பாரு. நான் கேரண்டி மேடம்’’ என்றார் காமாட்சி.

‘‘ஓ.கே. நாளைக்கே வரச் சொல்லுங்க. பேரென்ன சொன்னீங்க...?’’

‘‘சின்னக்காமன்’’ என்று சொல்லிவிட்டு, தனக்குத்தானே சந்தோசப் பட்டுக் கொண்டார்.

10

தவம்

கடைசி வினாவுக்கும் விடையைக் கண்டுபிடித்து கட்டத்தில் நிரப்பிவிட்டு நேரத்தைப் பார்த்தார். இன்னும் பதினைந்து நிமிடங்கள் இருந்தன. விடைகள் நிரப்பிய ஓ.எம்.ஆர் தாளை முதலில் இருந்து மீண்டும் சரி பார்த்தார். ஒவ்வொரு வினாவுக்குமான விடை சரியான கட்டத்தில் நிரப்பப்பட்டிருக்கிறதா என கவனமாய் பார்த்தார். எல்லாமே சரியாய் இருந்தது. முத்துரங்கன் மனதில் நம்பிக்கை பிறந்தது. தேர்வு முடிவை அறிவிக்கும் கடைசி மணி அடித்ததும் விடைத்தாளைக் கண்காணிப்பாளரிடம் கொடுத்து விட்டு வெளியே வந்தார். சுவிட்ச் ஆப் செய்யப்பட்டிருந்த செல்போனை உயிர்ப்பித்து தனது சகாக்களைத் தொடர்புகொண்டார்.

இது ஒரு தவம். நேற்று நடந்தது போல இருக்கிறது. எட்டாண்டுகளுக்கு முன் கையில் நாளிதழோடு ஓட்டமும் சந்தோசமுமாய் அழகர்சாமி வந்தது... எல்லோரும் எதிர்பார்த்த விளம்பரம்தான். நண்பர்களுக்குள் மாறிமாறி SMS அனுப்பிக் கொண்டிருந்த செய்தி அது. அன்றைய நாளிதழில் அறிவிக்கையாக வந்திருந்தது.

தமிழ்நாடு அரசுப் பணியாளர் தேர்வாணையம் கிராம நிர்வாக அலுவலர்களுக்கான போட்டித்தேர்வை அறிவித்திருந்தது. 'நீ முந்து... நான் முந்து' என எல்லோரும் வாங்கிச் சென்றனர். இதில் அழகர்சாமிக்கு அளவில்லாத சந்தோசம். உள்ளூர்ப் பள்ளியில் பனிரெண்டாம் வகுப்பு முடித்துவிட்டு, மேலூர் கல்லூரியில் பட்டம் பெற்ற பிறகு முதன்முதலாக 1999-ல் போட்டித் தேர்வு எழுதினான். மாநில அரசின் நான்காம் நிலைப் பணியாளர்களை நேரடியாகத் தேர்ந்தெடுத்த அந்தத் தேர்வில் குறைந்த மதிப்பெண்களில் பணிக்கான வாய்ப்பைத் தவற விட்டவன்.

“ஒவ்வொரு கேள்விக்கும் நிதானமா... யோசிச்சு யோசிச்சு பதில் எழுதினேனே, இப்பிடியாயிருச்சே...” என்று ஒரு வாரம் புலம்பித் தள்ளியவனை முத்துரங்கன்தான் தேற்றினார்.

முத்துரங்கன் எம்எஸ்.சி. எம்.எட். படித்தவர். தூத்துக்குடி வ.உ.சி. கல்லூரியில் அவர் படித்தபோது கிராமம் முழுவதும் அவரைப் பற்றித்தான் பெருமையாகப் பேசுவார்கள். அந்த மலை கிராமத்து மக்களுக்கு கடல்... தூத்துக்குடி... திருச்செந்தூர்... இதெல்லாம் வாழ்நாளில் ஒருமுறையேனும் பார்க்க வேண்டிய திருத்தலங்கள். முத்துரங்கன் தூத்துக்குடியில் படிக்கும்போது திருச்செந்தூரில் மொட்டை போட்டுவிட்டு, பஞ்சாமிர்தமும் சில்லுக்கருப்பட்டியும் வாங்கிவந்து ஊரில் எல்லோருக்கும் கொடுத்தார்.

“இந்த சின்ன வயசுல சனங்க மேல எவ்வளவு வாஞ்சனை..... நல்ல கொணம்... இது கொணத்துக்கும் படிப்புக்கும் கலெக்கட்டர் வேலைக்குத்தான் போகும்...” என்றெல்லாம் வயதில் மூத்தவர்கள் பேசிய காலமும் உண்டு.

முத்துரங்கன் படிப்பை முடித்துவிட்டு ஊருக்கு வந்தபிறகு, “எப்ப வேலைக்குப் போறீங்க...?” என்ற கேள்விகளுக்குப் பதிலில்லாமல் திணறிய காலமும் உண்டு.

“படிப்புங்கிறது வேலைக்கான தகுதி. படிச்சு முடிச்ச பிறகு நாமதான் வேலையைத் தேடணுமே தவிர, வேலை நம்மளைத் தேடி வராது” என்று அடிக்கடி ராமலிங்கம் வாத்தியார் சொல்லுவார்.

முத்துரங்கனும் அவரோடு படித்த மற்றவர்களும் இணைந்து போட்டித் தேர்வுகளுக்குத் தயாரானார்கள். சதாசர்வ காலமும் புத்தகங்களோடும் பொது அறிவுக் குறிப்புகளோடும்தான் திரிவார்கள். சாயங்கால நேரத்தில் ஆத்து மணலில் உட்கார்ந்துகொண்டு கேள்விகள் கேட்பதும், பதில் சொல்வதுமாய் இருப்பார்கள். கணேசன் வரலாறு, புவியியல் பாடங்களில் நிபுணத்துவம் வாய்ந்தவன். கி.மு.வில் தொடங்கி பில்கிளிண்டன் அதிபரானது வரையில் உலகச் சரித்திரமும், மௌரியப் பேரரசுகளில் ஆரம்பித்து ஔரங்கசீப் வரையிலான இந்திய சரித்திரமும் அத்துப்படி. அட்ச ரேகைகளில் தொடங்கி தீர்க்க ரேகையில் வந்து நிற்குமளவுக்கு பூகோளத்தின் தட்ப வெப்ப நிலையைப் புட்டுப்புட்டு வைப்பான்.

ரவிச்சந்திரன் தமிழ் இலக்கியத்திலும், இலக்கணத்திலும் தேர்ந்தவன். மாலை நேரங்களில் ஆற்று மணலில் தொடங்கும் இந்த கிராஸ்

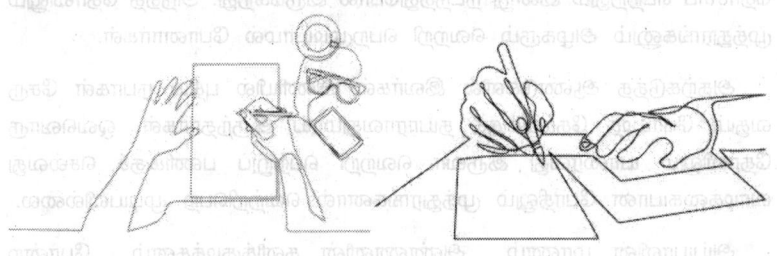

லேனிங்.. இருட்டுக்கட்டிய பிறகே நிறைவடையும். அவரவர் வீடுகளில் சாப்பிட்டு வந்தபிறகு, ராதா கடையில் குடிக்கும் தேநீருக்குப் பின்னர் தொடங்கும் குரூப் ஸ்டடி பின்னிரவு வரையில் நீளும்.

"படிச்சிட்டு வேலையில்லாம இருக்குற பசங்க...." என்ற வார்த்தையைத் தவிர வேறு சுடுசொல் கேட்டறியாத கூட்டம். பீடி, சிகரெட், மது என்ற எந்த கெட்டவாடையும் அடித்தறியாத கூட்டம். இவங்க எல்லோருக்குள்ளும் ஒரு ஏக்கம் இருந்து கொண்டேயிருந்தது. அது அரசுப் பணி. இவர்களுக்கு முந்திய இரண்டு தலைமுறையினர்கள் கல்லூரியில் படித்திருந்தாலும் ஒருத்தரும் அரசுப் பணிக்குப் போகவில்லை. அரசியல்... கிராம பஞ்சாயத்து என்று உள்ளூரிலேயே தங்கிப் போனார்கள். அதனாலே இவர்களையும் கல்லூரிக்கு அனுப்பத் தயங்கினார்கள். போராடி... கல்லூரியில் சேர்ந்து படித்ததால் எப்படியாவது ஜெயிக்க வேண்டும் என்ற வெறி எல்லோருக்குள்ளும் கனன்று கொண்டிருந்தது.

அந்த ஆண்டு நடக்க இருந்த தேர்வுக்குத் தீவிரமாகப் படித்தார்கள். பள்ளித் தலைமையாசிரியர் சுதந்திரனும், போஸ்ட் மாஸ்டர் விவேகானந்தனும் குறிப்புகள் தந்து உதவினார்கள். எப்படியும் பத்துப் பேராவது தேர்வாகி விடுவோம் என்று நம்பியிருந்த போது ரவிச்சந்திரன் மட்டும் தேர்வானான். முத்துரங்கன் தேர்வாகாமல் போனது வருத்தமாக இருந்தாலும் ரவியின் வெற்றி எல்லோரையும் உற்சாகப்படுத்தியது

அதற்கடுத்து ஐந்தாண்டுகள் வேலை நியமனத் தடைச்சட்டம் இருந்ததால் அவரவருக்குக் கிடைத்த பணியில் தங்களைத் திணித்துக்கொண்டு வாழ்ந்தார்கள்.

நான்காண்டுகளுக்கு முன்பு கிராம நிர்வாக அலுவலர்களுக்கான பணியிடங்களுக்கு போட்டித் தேர்வு அறிவிக்கப்பட்ட போதுதான் அழகர் நாளிதழோடு சந்தோசமாக வந்ததும்... அந்தத் தேர்வில் நான்கு பேர்கள்

தேர்ச்சிப் பெற்றதும் இன்று நடந்ததுபோல இருக்கிறது. அந்தத் தேர்விலும் முத்துரங்கனும் அழகரும் வெற்றி பெறமுடியாமல் போனார்கள்.

அதற்கடுத்த ஆண்டுகளில் இவர்கள் அணியில் புதிய நபர்கள் சேருவதும் போட்டித் தேர்வுக்குத் தயாராவதுமாய் இருந்தார்கள். ஒவ்வொரு தேர்விலும் யாரைவது இருவர் வெற்றி பெற்றுப் பணிக்குச் செல்வது வாடிக்கையான போதிலும் முத்துரங்கனால் வெற்றிபெற முடியவில்லை.

அய்யாவின் மரணம்... அண்ணனின் தனிக்குடித்தனம்... போன்றவைகள் முத்துரங்கனை ஒரு வேலையைத் தேடிக்கொள்ள நிர்ப்பந்தித்தது. உள்ளூரில் உள்ள தனியார் பள்ளியில் தற்காலிக ஆசிரியராய் சேர்ந்தவர் இன்றுவரையில் அந்தப் பணியில் இருக்கிறார். ஆசிரியப் பணியிடம் காலியாக இருந்தால் வாத்தியாராக இருப்பார். இடம் பூர்த்தியானால் உதவியாளராக இருப்பார். பணி நிரந்தரம் இல்லை. பதிவு மூப்பின் அடிப்படையில் கூட இன்னும் அழைப்பு வரவில்லை.

''எனக்கு டியூசன் எடுத்த சிந்தலச்சேரி துரைப்பாண்டிக்கு 52 வயசுலதான் கவுர்மெண்ட் போஸ்டிங் கெடச்சது..... இந்த அடிப்படையில் பார்த்தா இன்னும் பத்து வருசம் காத்திருக்கணும்'' என்று வேடிக்கையாய் சொல்வார்.

''மேனேஜ்மெண்ட்கிட்ட பேசி ஏதாவது காசு கீசு குடுத்து நிரந்தரமாகலாமில்லை...'' என்று யாராவது சொல்லும் போதெல்லாம், ''காசு கேட்டா பரவாயில்லை.... லட்சம் கேட்டா...? அதுவும் சொளையா பத்து லட்சத்திற்கு நானெங்க போறது...?'' என்று சொல்லுவார்.

அவரது எல்லாக் கவனமும் போட்டித் தேர்வில்தான் இருந்தது. எப்படியும் தேர்ச்சியடைய வேண்டும் என்பதே குறிக்கோள். அரசுப் பணிக்கான போட்டித் தேர்வுக்கு விண்ணப்பங்களைப் பூர்த்தி செய்வதிலும், அனுப்புவதிலும் முத்துரங்கன் நிபுணத்துவம் பெற்றுவிட்டார். ''அப்பிளிக்கேசனை எழுதிக் குடுக்குறதுல முத்துரங்கன் கைராசிக்காரர்'' என்று பெயரெடுத்தார். ''எழுதிக் குடுக்குறதுக்கு ஏதாவது பணம் வாங்க வேண்டியதுதானே...'' என்று கண்ணுச்சாமி ஆசாரி சொன்னபோது, ''வேணாம் மாமா.... நம்ம ஊருப் பிள்ளைக கிட்ட காசு வாங்கி, நான் என்ன கோட்டையா கட்டப் போறேன்'' என்று மறுத்துவிட்டார். பஞ்சாயத்து போர்டு தலைவர் நாகராசு மகளுக்கு வி.ஏ.ஓ. தேர்வுக்கான படிவத்தைப் பூர்த்தி செஞ்சதுக்கு அவர் கட்டாயம் பணம் தருவேன் என்றார். ''அப்டின்னா ஒங்க செல்வாக்குல பத்து பேருக்கு இலவசமா

80 கதையுதிர் காலம்

அப்ளிக்கேசன் வாங்கித்தாங்க'' என்று கேட்டு வாங்கி, பத்துப் பேருக்குத் தந்தார். அது விண்ணப்பங்களுக்குத் தட்டுப்பாடு இருந்த நேரம்.

அதற்குப் பிறகு ஆன்லைன் விண்ணப்ப முறை வந்தபிறகு, தனது நண்பன் ஒருவனிடம் பழைய லேப்டாப் ஒன்றை வாங்கி, மோடம் புதிதாய் வாங்கி, யாரால்லாம் விண்ணப்பிக்க விரும்புகிறார்களோ அவர்களுக் கெல்லாம் உதவினார்.

“தேனியில கோச்சிங் கிளாஸ் நடத்துறாங்களாம்... போன எக்ஸாமில நாலுபேர் பாஸானாங்களாம்... நாமளும் சேரலாமா...?“ என்ற கேள்வி யோடு வந்த அழகர்சாமியை, “எத்தன பேரு சேர்ந்தாங்க... அதுல எத்தனை பேரு பாஸானாங்க..?'' என்று மறுகேள்வி கேட்டு மடக்கினார். அழகரிடம் பதில் இல்லை.

“நானூறு பேர் சேர்ந்தாங்க... அதுல நாலுபேர் பாஸானாங்க... அப்பிடின்னா ஒரு சதவிகிதம்தான் தேர்ச்சி. ஆனால் நம்ம குரூப் ஸ்டடியில இருபது பேருல நாலு பேர் பாஸ். இதுக்காக போன வருசம் நாம செலவு செஞ்ச நேரமும் கம்மி.... பணமும் செலவில்லை. அதே நேரத்துல தேனியில படிச்சா, அதுக்கான செலவைக் கணக்கிட்டுப் பாரு... எப்பிடியும் மூணு மாசமாவது லீவு போடணும். வீட்டுச் செலவுக்கு என்ன செய்யிறது...?''

முத்துரங்கனின் கேள்விக்கு யாரிடமும் பதில் இல்லை. ஒரு நீண்ட மௌனம் குடிகொண்டது. “ஔவையார் சங்க காலப் பெண்பாற்புலவர்கள்ள வருவாரா...? இடைக்காலப் புலவர்கள்ள வருவாரா...?'' என்ற கேள்வி மூலம் அங்கு நிலவிய மௌனத்தை காயத்ரி கலைத்தாள்.

அழகர்சாமி ஒன்றும் பேசாமல் இருந்தான். எப்படியும் இந்த முறை பாஸாக வேண்டும் என்பதே அவனது வெறியாக இருந்தது. நான்கு வருசத்திற்கு முன் நடந்த கிராம நிர்வாக அலுவலர் தேர்வில் இவனோடு படித்தவன் தேர்வடைந்து, இவனது மாமனார் ஊரிலேயே வி.ஏ.ஓ.வாகி உட்கார்ந்துவிட்டான். பார்க்கும் போதெல்லாம் ஏளனமாய்த் தெரிகிறது.

தேர்வுக்கான விண்ணப்பங்களை அனுப்பிவிட்டுத் தீவிரமாகப் படித்தார்கள். கடந்த ஆண்டுகளில் நடத்தப்பட்ட அனைத்துத் தேர்வுகளின் வினாத்தாட்களையெல்லாம் சேகரித்துப் படித்தார்கள்.

“வயசாயிருச்சிடுச்சில்லே... எதுக்கு இன்னும் போட்டித் தேர்வுக்கு அலஞ்சிக்கிட்டு... பேசாம இருக்குற வேலையை ஒழுங்காப் பாருங்க... இந்தக் கூட்டத்துல ஒருத்தனாவது ஒன்னய மதிக்கிறானா...?''

“கல்யாணங் காட்சி, பொண்டாட்டி, புள்ள இப்பிடி ஏதாவது கனவாவது கண்டிருக்கியா...?”

“பரிச்சைக்குப் படிக்கிறேன்... பரிச்சைக்குப் படிக்கிறேன்னு ஆத்தங் கரையில் உட்கார்ந்துக்கிட்டு குளிக்கிற பொம்பளைகப் பாக்குறாங்கடா...”

“இவங்கிட்ட படிச்சவங்க எல்லாரும் கவுர்மெண்ட் வேலைக்குப் போயிட்டாங்க... இவன் மட்டும் இன்னும் ஊரைக் காத்துக்கிட்டு கெடக் கான்...”

“இவனுக்கு இது ஒரு போதை... வயசுப் பிள்ளைகளும்... எளந்தாரிப் பையன்களும் சுத்திச் சுத்தி வர்றதுல மனுசன் உற்சாகமாயிடுறான்...”

“குரூப் ஸ்டடி... குரூப் ஸ்டடின்னு சொல்லிக்கிட்டு எவனாவது எவளை யாவது இழுத்துக்கிட்டு ஓடப்போறான்... அன்னக்கித் தெரியும் இவனோட வண்டவாளம்...”

இப்படியான ஏளனச் சாணிகள் எல்லாவற்றையும் கண்டு கொள்ளா மலிருப்பதே முத்துரங்கனின் பலமும் பலவீனமும்.

தண்ணீரில்லாத ஆற்று மணலில் ஏளனங்களுக்கு ஊடாக இவர் களில் குழு கற்றல் நிகழ்ந்த வண்ணம் இருந்தது. இந்தக் குழுவில் யாரும் முழு நேர மாணவர்கள் இல்லை. எல்லோரும் ஏதாவதொரு தொத்த வேலையில் தொங்கிக் கொண்டுதான் வாழ்க்கையை ஓட்டிக் கொண்டிருந்தார்கள். வேலை முடிந்து வந்தபிறகு மாலை நேரங்களிலும்... வார விடுமுறை நாட்களிலும் கற்றல் தொடர்ந்து கொண்டிருந்தது.

ஒவ்வொரு நாளுக்குமான பாட அட்டவணையை முத்துரங்கன் தயாரித்துத் தருவார். முப்பது நபர்களும் எங்கிருந்து அன்றைய பாடத்தைப் படிக்க வேண்டும் என்ற பாடத்திட்டம் சரியாக வகுக்கப்பட்டிருக்கும். ஆறு குழுக்களாகப் பிரித்து ஆறு பாடங்களைத் தருவார். அவர்களுக்குள் விநாடி வினா நடத்துவார். வெற்றிப் பெற்ற குழுக்களுக்கு ராதா கடையில் லட்டு போனஸாகக் கிடைக்கும். லட்டு ராதாவின் கணக்கு. இது தவிர வாரம் ஒரு தேர்வு நடக்கும். தங்களது தேர்வுத்தாளைத் தாங்களே திருத்திக் கொள்வார்கள். ஒவ்வொரு வாரமும் தங்களின் கற்றல் முன்னேற்றத்தைக் கணக்கிட்டுக் கொள்வார்கள்.

“**சா**ர்... எனக்கு ரெம்ப திருப்தியா இருக்கு... ஐ ஆம் வெரி ஹாப்பி...” என்று காயத்ரி சந்தோச சத்தம் கொடுத்த பிறகே பழைய நினைவுகளிலிருந்து மீண்டார் முத்துரங்கன். ஒரு தவம் முடித்து வந்த

திருப்தியில் முத்துரங்கன் தன் சகாக்களையெல்லாம் அலைபேசியில் பிடித்தார். தனது அணியில் எல்லோரும் திருப்திகரமான பதிலையே தந்தார்கள். எப்படியும் இருபது பேராவது தேர்ச்சியடைவார்கள் என்ற நம்பிக்கையோடு பேருந்து நிலையத்துக்கு முன்னால் இருந்த தேநீர் விடுதியில் ஆளுக்கொரு தேநீர் குடித்தார்கள். வழக்கத்தைவிட இந்தத் தேநீர் அதிக சுவை தந்தது. அன்று இரவு நீண்ட தூக்கம் தூங்கினார்கள்.

இரண்டு நாட்கள் கழித்து எல்லோரையும் முத்துரங்கன் அழைத்தார். "குரூப் 2 கால்பர் பண்ணியிருக்காங்க... நாளைக்கு ஆன் லைன்ல அப்ளே பண்ணனும்... அப்படியே கரண்ட் நியூஸை அப்டேட் செய்ய ணும்... யார் யார் வேலையை எடுத்துக்கிறது? புதுசா யாராவது நம்மகூட சேர்றாங்களா...?"

எந்தப் பதற்றமும் இன்றி அடுத்த தேர்வுக்குத் தயாராகிக் கொண்டிருந்தார். அவருடைய சகாக்கள் ஆளுக்கொரு வேலையைப் பகிர்ந்து கொண்டார்கள். ஒரு ரயில் எஞ்சினைப் போல கூவிக்கொண்டும் புதியவர்களையும் இணைத்துக்கொண்டுமாய் இவர்களின் பயணம் தொடர்ந்து கொண்டுதானிருக்கிறது... இன்னமும்.

11

நீராடிய காலங்கள்

மழை, மலை இவையிரண்டும் என் வாழ்வில் பிரிக்க முடியாத அங்கமாக இருந்து வந்த காலமது. பத்து வயதை எட்டும் பெரும்பாலான பையன்கள் விறகு பொறுக்குவது எங்களூரின் கட்டாயமான செயல். மலைகள் சூழ்ந்த எங்க ஊரின் எல்லையில் மேல்நிலைப் பள்ளிக்குப் பக்கத்தில் மந்தக் கரடு உள்ளது. முதன்முதலில் மந்தக்காட்டில் ஏறி எங்களூரைப் பார்த்தேன். அந்த ஆனந்தத்திற்கு ஈடு இணை ஏதுமில்லை. விறகு எடுத்தல் பணிக்கு நான் முதன்முதலாக மலையேறியது சங்கிலிக் கரட்டில்தான். பட்டுப்போய் கிடக்கும் கிழுவை மரங்களும், உசிலை மரங்களும்தான் நாங்கள் பொறுக்கிக்கொண்டு வரும் விறகுகள். பள்ளி விடுமுறை நாட்களில் நாங்கள் சந்தோசமாக மலையேறுவோம்.

விறகெடுத்தல் என்பது முழு நேரத் தொழிலாக மாறாத குறைதான். நான்கு பேர் சேர்ந்து விட்டால் ஆளுக்கொரு அருவாள் எடுத்துக்கொண்டு மலையேறுவோம். கல்லுருண்டான் சுணை வழியாக ஏறி தேன்கல் பாறையில் நின்று பூமியைப்பார்ப்பது சுகமானது. பச்சை சார்ட் அட்டையில் கோணல் மாணலாக சிகப்புக்கோடு போட்டது போல வைகை ஓடிக் கொண்டிருக்கும். விறகெடுப்பதைவிட வேடிக்கைப் பார்க்கவே நாங்கள் தேன்கல் பாறையில் ஏறி நிற்போம். விறகெடுத்து, கட்டுக்கட்டி வைத்து விட்டு, கல்லுருண்டான் சுணையில் உள்ள தண்ணீரில் குளித்து விட்டுத் தான் கிளம்புவோம்.

காய்ந்து கிடக்கும் விறகுகளை எடுத்துக்கொண்டும் ஒவ்வொரு காலத்திற்குமாய் காய்த்துப் பழுத்துக் கிடக்கும் பழங்களைப் புடுங்கித் தின்றுகொண்டுமாய் நாங்கள் திரிவோம். தங்கர் பச்சானின் ‘அழகி’

படம் பார்க்கும் போதெல்லாம் காராம்பாறையும், கிளிஞ்சூத்துக்காடும், கல்லுருண்டான் சுனையும்தான் நினைவுக்கு வந்தன.

மதுரை நாகமலை அடிவாரத்தில் உள்ள புல்லூத்துக்குக் குடிவந்த பிறகு, அங்கிருந்த ஊற்றில் நான், கண்ணன், ரமேஷ் மூவரும் சேர்ந்து நீராடிய காலங்கள் பொற்காலம். ஊற்று நீர் விழுந்து செல்வதற்கு கற்களால் கட்டப்பட்ட, ஒரு ஆள் முங்கும் அளவுக்கான தொட்டியை அடைத்து தண்ணீர் தேக்கி, ஒரு மழை நாளில் நாங்கள் குதியாளம் போட்டது இன்னும் பசுமை மாறாத நினைவு.

மலை ஏற்றமும் சுனை நீராடலும் எல்லோருக்குமே கிடைத்து விடுவதில்லை. கடலோர கிராமங்களிலிருந்தெல்லாம் புல்லூத்துக்கு வரும் நபர்கள், பக்கத்திலிருக்கும் நாகமலையில் ஒரு முறையாவது ஏறி இறங்க அனுமதி கொடுங்கள் என்று வேண்டுவார்கள். எனக்கு வேடிக்கையாகவும் அதே நேரத்தில் ஆச்சரியமாகவும் இருக்கும். எனது மலைகளோடு ஒப்பிடும்போது இவை யாவுமே குன்றுகள்தான். இதில் ஏறிப்பார்க்கத் துடிக்கிறார்களே என ஆச்சரியப்படுவேன். கடமலையில் நான் வேலை பார்த்த அலுவலகம் மலையடிவாரத்தில்தான் இருந்தது. அங்கு பணியாற்றிய காலத்தில் களப்பார்வைக்காக வெளிமாநிலங் களிலிருந்து வருபவர்கள் மலையில் ஏறிப் பார்க்க பரபரத்துக் கிடந்ததுண்டு. கடலோரத்திலிருந்து வருபவர்களுக்கு மலையேறுதல் எவ்வளவு பிடித்தமானதோ அதே அளவுக்கு மலை கிராமத்தவர்களுக்கு கடலாடுதலும் பிடித்தமானது. ஆற்று வெள்ளத்திலும் கிணறுகளிலும் நீந்தித் திரிந்தாலும் பரந்து விரிந்த கடலுக்குள்ளும் கடலலைகளுக்குள்ளும் தாவிப் பரவிட மனசு துடித்துக் கொண்டிருக்கும்.

ஒரு நீண்ட இடைவெளிக்குப் பின், எனது இருபத்தி எட்டாவது வயதில் மகாபலிபுரத்தில் கடல் நீரில் கால் நனைத்தேன். ஏறக்குறைய கடலையும், கடல்நீரையும் மிக அருகில் நான் பார்த்தது அப்போதுதான். தமுஎச நடத்திய தமிழ் வளர்ச்சிப் பேரணியில் கலந்துகொள்ள நானும் பிற நண்பர்களும் சென்றபோது இது நிகழ்ந்தது. அப்போதும் கூட கடலில் குளிக்க வேண்டும் என்ற எண்ணம் தோன்றவே இல்லை. அதற்கடுத்த ஆண்டு நடைபெற்ற மற்றொரு விழாவுக்காக மீண்டும் ஒரு பயணம் சென்றோம்.. எல்லாக் கதைகளுக்குமான நீர் நாயகியாய் விளங்கும் மெரினா கடற்கரையில் ஏறக்குறைய இரண்டு மணி நேரம் நடந்தோம். கடற்கரை மணலில் நான் நடந்த முதல் நீண்டதூர நடை அதுதான். மறுநாள் மகாபலிபுரத்தில் நீராடிவிட்டுப் புறப்பட்டோம். எனது முதல் கடற்குளியலும் மகாபலிபுரத்தில்தான் நிகழ்ந்தது.

அதற்கடுத்த ஆண்டுகளில் கன்னியாகுமரி, கோவளம் என்று வாய்ப்புக் கிடைத்த எல்லாக் கடற்கரை அலைகளிலும் நீராடினேன். முரட்டுத்தனமாக வைகையில் நீந்திப் பழகக்பப்பட்டவன் நான். எங்கள் வைகைக்குப் பல முகங்கள் உண்டு. ஐப்பசி, கார்த்திகை மாதங்களில் யாரையும் பக்கத்தில் கூட நெருங்க விடாத பேயிரைச்சலோடு மூர்க்கமாய் ஓடும் நதிதான், பங்குனி, சித்திரை மாதங்களில் தண்ணீருக்கே தவியாய் தவித்துக் கிடக்கும். “யாராவது ஒரு குடம் தண்ணீரை என்மேல் ஊற்றுங் கள். மேனியெல்லாம் காந்தலாயிருக்கிறதே...” என்று கெஞ்சுவது போல கோடை வெயில் சுடுநெருப்பாய் சுட்டுக் கிடக்கும்.

எப்போது தண்ணீர் வந்தாலும் எனக்கு வைகையில் நீர்வரும் பிடித்த மாதம் மார்கழி தான். மார்கழி மாதம் பனி போர்த்திக்கொண்டு, இருகரையிலும் பச்சை நாணலை ஆடையாக்கிக்கொண்டு நீரோடிய நளினத்தை விவரிக்க வார்த்தைகள் இல்லை.

மார்கழியில் நதிநீராடலை எனக்குள் விதைத்தது எங்களூர் போஸ்ட் மாஸ்டர் விவேகானந்தன்தான். அப்போது நாங்கள் கல்யாணம் முடிக்காத விடலைகளாய் ஊர்ச் சுற்றிக் கொண்டிருந்த காலம். எங்கள ணியில் ரவிச்சந்திரனும், கணேசனும் முருகன் கோவிலுக்கு மாலை போடுவார்கள். இவர்களோடு நாங்களும் சேர்ந்துகொண்டு அதிகாலை நீராடலை மேற்கொள்வோம். இந்த நேரங்களில் ‘வைகை’ ஒரு புதுப் பெண்ணாய் மணம் வீசிக் கொண்டிருப்பது போலொரு பிரம்மை எனக்குள் ஏற்படும்.

வைகையில் நீர் வந்து கொண்டிருந்தால் ஊரில் பாதி ஜனங்களுக்கு நதியில்தான் துவையலும், நீராடலும். பாலத்துக்கு மேலே ஆண்களும், பாலத்துக்குக் கீழே பெண்களும் என்ற எழுதாத விதியை எல்லோரும் பின்பற்றுவோம். பாலம் கட்டாத காலத்தில் பெண்கள் படித்துறை, வயர்மேன் ராமசாமி வீட்டுக்குப் பின்னால் வண்ணான் படித்துறைக்குப் பக்கத்தில் இருக்கும். சுள்ளைக் கருப்பசாமி கோயிலுக்குப் பக்கத்தில் கீழாகச் செல்லும் பாதைதான் மேற்குப்புறத்தில் உள்ள எல்லா ஊர்களுக்குமான இணைப்புப்பாதை. எண்பதுகளில் இந்தப்பாதையில் வந்த லாரியொன்று தண்ணீரில் மாட்டிக் கொண்டது. அதிலிருந்த டிரைவர் இறந்துபோனார். நீண்ட நாட்கள் அந்த லாரி ஆற்று மணலில்தான் கிடந்தது. தண்ணீர் வற்றிய பின்னர் மணலைத்தோண்டி லாரியை எடுத்துச் சென்றார்கள். அந்தாண்டு கோடை முழுவதும் நாங்கள் குளித்து விளையாடியது லாரியிருந்த பள்ளத்தில்தான். அதிகமாகத் தண்ணீரில் குளித்ததால்

காய்ச்சல் வந்துவிடும். அப்படி காய்ச்சல் வருபவர்களையெல்லாம் செத்துப் போன மலையாளி டிரைவர் பேயாய் வந்து பிடித்துக்கொண்டு ஆட்டு வதாகச் சொன்னதும் உண்டு. இது மாதிரியான பேய்க்கதைகள் பல உண்டு.

1996-ல் நாங்கள் வைகை இலக்கிய இதழ் நடத்தத் தொடங்கிய நேரத்தில், தமுஎச சார்பில் திருச்சி குணசீலத்தில் ஒரு பயிலரங்கம் நடத்தப்பட்டது. பயிலரங்கத்தில் கலந்துகொள்ள குணசீலம் சென்றதும், அதிகாலையில் நான், அல்லி உதயன், சீருடையான், காமுத்துரை, இதயகீதன் உள்ளிட்ட தோழர்களுடன் அங்கிருந்த அய்யன் வாய்க்காலில் நீராடினோம். மறுநாள் முக்கொம்பில் சு.வெங்கடேசன், வெண்புறா, நாகராசன் போன்ற அன்றைய இளம் அணியுடன் இணைந்து நீராடி னேன். காவிரியில் நான் மேற்கொண்ட முதல் நீராடலும் இதுதான்.

நதி நீராடல் மட்டுமா? அருவி நீராடலும் இப்படித்தானே... எங்களூரி லிருந்து பதினைந்தாவது கிலோமீட்டரில் உள்ளது மேகமலை அருவி. போக்குவரத்து அதிகமில்லாத காலத்தில் மேகமலை (அப்போது அதன் பெயர் சின்னச் சுருளி) அருவிக்கும், சம்போடைக்கும் எங்களை அழைத்துச் சென்று அருவியாடலைப் பழக்கியவர் சுதந்திரன் தான்.

அப்போது சுதந்திரன் திருமணமாகாதவர். சனி ஞாயிறுகளில் எங்களை ஒன்று திரட்டி நடத்திச் செல்வார். எல்லோரும் அவ்வளவு சுலபமாக இந்தப் பயணத்தில் இணைய முடியாது. வீடுகளில் கடுமை

யான கட்டுப்பாடுகள் இருக்கும். சாப்பிடுவது மட்டுமே வீட்டுடனான உறவாய் இருந்த நான், கணேசன், வெங்கட் போன்றோர்களுக்கு ஒரு பிரச்சினையுமில்லை. பள்ளி செல்வது தொடங்கி, கழிப்பறை செல்வது வரையிலான எல்லாவற்றிற்கும் வீட்டின் அனுமதி கேட்டே பழகிப்போன நண்பர்களின் பாடு பெரும்திண்டாட்டமானது. அப்போது மேகமலைக்கு பேருந்து வசதிகள் இல்லாத காலம். காமன்கல்லில் இறங்கி ஐந்து கிலோ மீட்டர் கட்டாயம் நடந்தாக வேண்டும்.

அந்த காலகட்டத்தில் கள்ளச்சாராயம் காய்ச்சுபவர்கள் அந்தப் பகுதியில் அதிகம். இதன் காரணமாகவே பல வீடுகளில் அனுமதி மறுப்பதுண்டு. லுங்கி கட்டுவதா? டவுசர் போடுவதா? என்று தீர்மானிக்க முடியாத வயதில் இருந்த எங்களை, கட்டுச் சோற்றுப் பொட்டலங்களுடன் மனிதர்களின் பாதங்கள் அதிகம் படாத இடங்களாய் பார்த்துப் பார்த்து அழைத்துச் செல்வார்.

முதன்முதலாக சின்னச் சுருளி போய் வந்த பிறகு, அதன் ரம்மியத்தை மறக்க முடியாமல் அப்போது ஆசிரியர் பயிற்சி படித்துக் கொண்டிருந்த என் நண்பன் ரவிச்சந்திரனுக்கு ஒரு நீண்ட மடல் எழுதிய ஞாபகம் இப்போதும் உள்ளது.

கணேசன் கல்லூரி படிப்பை முடித்துவிட்டு வந்த பின், நானும் அவனும் அவர்களுக்குச் சொந்தமான கிளிஞ்சூத்துக் காட்டுக்குப் பலமுறை சென்றுள்ளோம். திருவுற்று மலையின் அடிவாரத்தில் இருக்கும் அவனது காட்டுக்கு அருகில் கன்னிமார் கோயில் உள்ளது. ஏழு சகோதரிகள் பற்றிய கதை, காலங்காலமாக செவி வழியாகவே பதிந்து பதிந்து பல மனங்களுக்குப் புகுத்தப்பட்டது. இன்றும் கன்னிமார் கோவில் வழிபாடு செய்யப்படுகிறது. பாறை இடுக்குகளின் வழியாக வழிந்தோடி வரும் தண்ணீர் குளிப்பதற்கும் குடிப்பதற்கும் சுவையானது. எல்லாத் தடைகளையும் உடைத்துக்கொண்டு சோற்றுப் பொட்டலங்களுடன், நாங்கள் பயணம் செய்த எங்கள் மலைப்பிரதேசங்கள். இப்போதும் மனக் கண்ணில் மட்டுமே வந்து செல்கின்றன.

எங்கள் பயணத்தில் மிக முக்கியமான இடமாக ஆண்டுதோறும் இடம்பெறுவது சதுரகிரி மகாலிங்கம் கோவிலுக்கான பயணம். சதுரகிரி மலைகளில் மேற்கு அடிவாரத்தில் உள்ள யானைகஜம் ஆற்றில் குளித்து விட்டு, மாலியப்பாறையிலிருந்து கிழக்கு நோக்கி அர்த்த ராத்திரியில் தொடங்கும் எங்கள் பயணம், பளப்பள என்று விடியும்போது கோவிலில் முடியும். மகாலிங்கம் மலையின் கிழக்கடிவாரம் விரிந்த கரிசல் பூமி.

மகாலிங்கம் மலையின் காலடியில் தொடங்கி கடல் வரையிலான சமதள பூமியைப் பார்ப்பது சுகமானது. வேற்றுக் கிரகணத்தைப் பார்ப்பதுபோல எனது முதல் பயணத்தில் நான் பிரமித்து நின்றேன். நான் மட்டுமல்ல என்னைப் போன்ற மலை கிராமத்துச் சிறு வயதுப் பையன்கள் எல்லோருமே இப்படித்தான்.

குற்றாலத்தைப் பற்றி நிறைய கேள்விப்பட்டிருந்த போதிலும், முதன் முதலில் குற்றாலத்தில் குளித்தது 1994-ல் தான். ஏலச் சீட்டு நடத்திக் கொண்டிருந்த முத்துராஜ் எங்களை அழைத்துச் சென்றார். நானும் மணிகண்டனும் சென்றோம். குற்றாலத்திற்குப் போவதற்கு முன்பாகவே பாபநாசம் அணைக்குச் சென்று, அங்கிருந்து அகஸ்தியர் அருவிக்கும் கூட்டிச் சென்றார். குற்றாலமும், அகஸ்தியர் அருவியும் எனது அருவி நீராடலில் இடம் பிடித்த கதை இதுதான். நாங்கள் சென்றபோது நல்ல மழை. குற்றாலத்தின் எல்லா அருவிகளிலும் தண்ணீர் கொட்டிக் கொண்டிருந்தது. பாபநாசம் தொடங்கி குற்றாலம் வரும் வரையில் எங்கெங்கும் சாரல்தான். நல்லவேளையாகக் குளிக்க அனுமதி தந்தார்கள். அதற்குப் பிறகு 2000-ஆம் ஆண்டு ஒரு மே மாதத்தில் குற்றாலத்தில் குளித்தோம். இம்முறை மழையின்றிக் கொஞ்சமாகவே தண்ணீர் வந்துகொண்டு இருந்தது.

பிறந்ததிலிருந்தே வைகை நதியோடும் மேற்குத்தொடர்ச்சி மலைகளோடும் கொண்டிருந்த தொப்புள்கொடி உறவு எப்போது அறுந்து போனதென்று ஞாபகங்களைத் தோண்டிப் பார்க்கிறேன். தொண்ணூறுகளில் இறுதியில் வைகை நதிக்கரையில் உள்ள எல்லாக் கிராமங்களிலும் கட்டப்பட்ட சாக்கடைகள் சொல்லி வைத்தாற்போல நதியில் கலப்பது போன்றொரு அமைப்பை ஏற்படுத்தினார்கள். நதியில் தண்ணீர் வரத்துக் குறைவும், சாக்கடை வரத்து அதிகரித்தும்தான் நதியின் மாசுக்கான காரணமாகி விட்டது. அதற்குப் பிறகு நதி நீராடல் என்பது ஒரு சடங்காகவே போய்விட்டது. நீரின்றிக் காய்ந்த நதிகளில் மணல் அள்ளத் தொடங்கிய பிறகு நதியின் அழகும் அருமையும் மங்கத் தொடங்கியது. நீரின்றி மணலின்றிச் சாக்கடையாய் பன்றிகள் புரளும் பள்ளங்களாகி விட்டன நதிகள்.

இன்றும் எப்போதாவது அத்திபூத்தாற்போல இரு கரை நிறைந்து நதியோடும்போது பாலங்களில் நின்று வேடிக்கைப் பார்ப்பதோடு 'புதுப் புனல்' நிகழ்வு முடிந்துவிடுகிறது. நதிக்கரையோரங்களில் எஞ்சிய மணல் மேடுகளில் வண்ணத்தைக் கொட்டியது போல பல வண்ணங்களில் மலம் இறைந்து கிடப்பதும், நதியின் நீர்மட்டம் உயரும்போதெல்லாம்

நீரில் மலம் கரைந்து விடுவதும் தவிர்க்கவியலாததாகி விட்டன. தீபாவளிக்கும் தைப் பொங்கலுக்கும் சம்பிராயத்தற்காகவே நதி நீராடல் நடந்துகொண்டுள்ளது. அதுவும் கடந்த இரண்டு தீபாவளிகளும் தைப் பொங்கலும் நீரில்லா வைகையோடே கடந்து சென்றது. கண்முன்னே ஒரு நதி செத்துக் கொண்டிருப்பதைக் பார்த்துக்கொண்டுதானே இருக்கத் தோன்றுகிறது.

அந்தக் காலத்தில் வலுத்து மழை பெய்யும் போதெல்லாம் மூங்கில் மலைக்கும், தேன் கல்பாறைக்கும் இடையில் ஓர் அருவி தோன்றும். அதில் நான்கைந்து மாதங்கள் வரையில் நீர் வந்து கொண்டிருக்கும். இப்போது அங்கு நீரில்லை. அருவி இருந்த இடம் கூடத் தெரியவில்லை.

வைகையில் நாங்கள் நீராடியதையும், மலையேறியலைந்ததையும் விவேகானந்தன் மும்பையிலிருந்து கொண்டு வந்திருந்த கோனிக்கா கேமாராவில் அப்போது நாங்கள் பிடித்த படங்களின் மிச்சங்களை ஒரு நாள் தூசி தட்டிப் பார்த்துக் கொண்டிருந்தேன். என்னோடு சேர்ந்து பார்த்துக் கொண்டிருந்த என் மகள், "அப்பா இந்த இடங்களுக்கு என்னையும் கூட்டிட்டுப் போங்க..." என்றாள். எந்த பதிலும் சொல்ல முடியா மௌனத்தோடு இருந்தேன். ''ப்ளீஸ் டாடி..." எனக் கெஞ்சி னாள்... சரியென்றும் முடியாதென்றும் பகுக்க முடியாத மலட்டுப் புன்ன கையோடு எழுந்து கொண்டேன்.

எல்லாவற்றையும் புதிய கேள்விகளோடே பார்க்கத் துடிக்கும் இன்றைய சந்ததியினருக்கு எதைக் காட்டுவது? தொடர்ந்து நான்காண்டுகளாக நீரோடாத நதியையா,,? பொட்டல்காடாய் கிடக்கும் மலையையா...? எதைக் காட்டுவது...?

மேற்குத் தொடர்ச்சி மலைகளில் உள்ள பல நதிகளின் பிறப்பிடங் களெல்லாம் சுவடழிக்கப்பட்டுக் கொண்டிருப்பது ஏன்?. நதிகளின் ஓட்டத்தை உயர்ந்த மலைகளை விடவும் தாழ்வழுத்தக் காற்று மண்டலங்களே தீர்மானிக்கின்றன. ஏனிந்த எதிர்ப்பரிணாமம்...? மூச்சுக் காற்றுகூட புகமுடியாத அடர்ந்த வனம் அழிக்கப்பட்டதைக் கண்டும் காணாது இருந்தது எப்படி..? எளிதில் விடை சொல்ல முடியாத கேள்விகளோடே நமது வாழ்வும் நகர்ந்து கொண்டிருக்கிறது.

12

தவளவாயன்

"**பாட்**டி ஒரு கதை சொல்லு..."

நீண்ட நேரமாக மொபைல் போனில் வாட்ஸ் அப் செய்திகளில் மூழ்கியிருந்த கிருஷி, தன் பாட்டியைப் பார்த்துக் கேட்டாள்.

எப்பவும் செல்லை நோண்டிக் கொண்டிருக்கும் பேத்தி முதல்முறையாக தன்னிடம் கதை கேட்டதில் கமலா பாட்டிக்கு ஆச்சரியம்தான். கிருஷி, கமலா பாட்டியின் மகன் வழி பேத்தி. பிறந்து இருபது வருசங்கள் கழித்து முதல்முறையாக விருந்தாளி வந்திருக்கிறாள். அவள் விருப்பத்தைப் பூர்த்தி செய்யலாம் என எண்ணி என்ன கதை சொல்லலாம் என்ற யோசனையில் இருந்த பாட்டியை கட்டிப் பிடித்து முத்தம் தந்து, "கதை சொல்லு பாட்டி..." என மீண்டும் கொஞ்சினாள்.

"உனக்கு என்ன மாதிரியான கதை பிடிக்கும்?"

"நம்ம ஊருல வாழ்ந்தவங்க கதையைச் சொல்லு, பாட்டி..."

"அப்பிடின்னா தவளவாயன் கதை சொல்லட்டா...?"

"தவளைவாயன் கதையா...?"

"ஆமாம். அவனோட உண்மையான பேரு யாருக்கும் தெரியாது. 'தவளவாயன்'னு சொன்னாத்தான் எல்லோருக்கும் தெரியும்."

"அப்பிடியா...! வெரி டிபரண்ட்டா இருக்கு... சொல்லு... சொல்லு."

"பங்காருச்சாமிதான் அவன் பேரு. அந்த வருசம்தான் மொத மொதல்ல அவன் ஓட்டுப் போடப்போனான். அப்பெல்லாம் அடையாள

இரா.தங்கப்பாண்டியன் 91

அட்டை கெடையாது. கட்சிக்காரங்க எழுதிக் குடுக்கிற பெயர் சிலிப்பத்தான் எடுத்திட்டுப் போகணும்.''

''ம்... நான் எப்ப வோட் போடலாம் பாட்டி...?

''அடுத்த வருசம் போடலாம். இப்ப கதை சொல்லவா... நான் தூங்கவா...?'' பாட்டியின் பொய்க் கோபம் கண்ட பேத்தி, ''கெழவிக்கு கோபத்தைப் பாரு'' என்று கன்னத்தைப் பிடித்துக் கிள்ளினாள்.

''சரி மேல சொல்லு...''

''நம்ம தவளவாயனும் ஓட்டுப்போடப் போனான். காலை நேரம். பெரிய்ய வரிசை. முக்கால்மணி நேரமா கால் கடுக்க நின்னு, கடைசியில் பூத்துக்குள் நுழைஞ்சான். பங்காருச்சாமி, த/பெ அங்குசாமி'ன்னு ஆபீஸர் வாசிச்சார். கையில் மை வைக்கிறவர் இவனை விரலை நீட்டச் சொல்லி மையும் வச்சுட்டார். ஓட்டுச் சீட்டை கையில் வாங்கப் போனவனை 'கொஞ்சம் பொறு'ன்னு ஒரு கட்சிக்கார ஏஜெண்ட் தடுத்தான்.''

''இவரு பேரு இது இல்ல. இவரு தவளவாயன். பங்காருச்சாமி வேறாளு''ன்னு அவர் வாதம் பண்ணினார்.

''எம்பேரு பங்காருச்சாமிதான். கூப்புடுறதுதான் தவளவாயன்''ன்னு இவன் சொன்னான்.

''பங்காருச்சாமி இவரில்லப்பா''ன்னு இன்னொரு ஏஜெண்டும் சொன்னான்.

''இல்ல எம்பேரு பங்காருச்சாமிதான்''ன்னு இவன் திரும்பத் திரும்ப சொல்லிக்கிட்டே இருந்தான்.

''சரி... சரி. ஓங்கபேரு பங்காருச்சாமின்னா... நீங்க ஓங்க ரேசன் கார்ட எடுத்திட்டு வந்து காட்டுங்க''ன்னு போலிங் ஆபீஸர் சொன்னாரு.

உடனே இவன், ''ரேசன் கார்டுல பங்காருச்சாமின்னு தான் போட்டிருக்கு''ன்னு சொன்னான்.

''அப்ப ரேசன் கார்ட கொண்டு வாங்க''ன்னு போலிங் ஆபீசர் திரும்பவும் சொன்னாரு.

''அர்த்தமில்லாம பேசாதீங்க. ரேசன் கார்ட அடகு வச்சு ஒரு வருசமாச்சு. ரேசன் கார்டு இருந்தா நான் எதுக்கு கண்ட கண்ட நாய்கிட் டெல்லாம் பேச்சு வாங்கணும்ன்னு கோபமா இவன் சொல்ல... போலிங்

ஆபீஸருக்கும் இவனுக்கும் வாக்குவாதம் முற்றப் போகும் சூழலில் போலீஸ்காரர் இவனை இழுத்துட்டு வந்து வெளியில விட்டுட்டாரு."

"அவரு ஓட்டு போட்டாரா... இல்லையா...?" கிருஷி இடைமறித்துக் கேட்டாள்

"அன்னக்கி அவன் ஓட்டுப் போடவேயில்ல. பிள்ளையார் கோயில் திண்ணையில படுத்தவன் பொழுது மசங்குற நேரம் வரைக்கும் எழுந்திரிக்கல. பொழுது மசங்கிட்டு இருக்கு. தெருவுல ரெண்டு நாய்கள் பலமா சண்டை போடுது. யாரோ ஒரு சின்னப்பயல் கல்லைக்கொண்டு நாய்களப் பாத்து எறிஞ்சான். எறிஞ்ச கல்லு நாய்மேல படாம 'சிவசிவா'ன்னு படுத்துக் கெடந்த இவன் மேல பட்டுச்சு. நல்லவேள காயம் ஒண்ணும் இல்ல. திடுக்கிட்டு எந்திருச்சவன் கல்லெறிஞ்ச சின்னப்பயல வெரட்டிக்கிட்டு ஓடுனான். ஓடுற ஓட்டத்திலேயே குனிஞ்சு கல்லெடுத்து சின்னப்பயலப் பாத்து எறிஞ்சான். கல்லு அந்தப் பய மேல படாம தண்ணி சுமந்திட்டுப்போன பொம்பள மேல பட்டிருச்சு. திரும்பிப் பாத்த அவள் பேசுன பேச்சு, இவனோட ஏழேழு தலைமுறைக்கும் போதும் போதும்னு ஆயிடுச்சு."

மூச்சு விடாமல் பாட்டி சொன்னதைக் கேட்டு, கிருஷி கலகலவென சிரித்தாள். பேத்தியின் சிரிப்பலையில் ஒரு நிமிடம் நனைந்து இளைப்பாறிய கமலா பாட்டி, மீண்டும் கதையைத் தொடர்ந்தார்.

''ச்சே... நமக்கு நேரக்கழுதையே சரியில்ல. இந்தப் பொழப்பு பொழக்கிறதுக்கு பேசாம செத்தே தொலையலாம்னு மனசுக்குள்ள நெனச்சுக்கிட்டு மூஞ்சியத் தொங்கப்போட்டுக்கிட்டு யாருகிட்டயும் பேசாமல் தவளவாயன் அலஞ்சான். அடுத்த ரெண்டுநாளும் ஆளே காணோம்.''

''அப்புறம்...?''

இப்போது பேத்தி கதைக்குள் மூழ்கிவிட்டாள்... அவள் கண்முன் தவளவாயன் முகம் நிழலாடியது. அவன் தெருவில் நடமாடுவதும்... மற்றவர்கள் அவனை ஏளனம் செய்வதும் அவளுக்கு பிம்பமாகத் தெரிந்தது. பேத்தியின் ஆர்வமறிந்து பாட்டியும் கதையைத் தொடர்ந்தார்.

''மந்தைக் கரட்டுல யாரோ ஒருத்தன் தூக்குப் போட்டுத் தொங்கு றானாம். அது நம்ம தவளவாயனாத் தான் இருக்கணும்ன்னு ஒருநாள் காலையிலேயே டீ கடையில் பேசிக்கிட்டாங்க. சொந்தபந்தங்கள் எல்லாமே மந்தைக் கரட்டை சல்லட போட்டுத் தேடினாங்க. ஒரு மரத்துல கூட பிணம் இல்ல. அவன் சாகலைங்கிற நிம்மதி இருந்தாலும் எங்க போய் தொலைஞ்சானோங்குற எரிச்சல் மட்டும் அவங்க வீட்டாளுகளுக்கு கொறையில.''

''அவருக்காக யாரும் வருத்தப்படலையா பாட்டி..?''

''வருத்தமா... அட.. நீ வேற.... அவன் செத்தா தொல்லை கழியட் டும்னு காத்திருந்தாங்க...''

''அவரு எங்கே இருந்தாரு...?''

''அதுக்கடுத்த ரெண்டுநாள் கழிச்சு மண்ணெண்ணை ஏத்திட்டு வந்த லாரியில தவளவாயன் வந்தான். வீட்டுல ஆளாளுக்கு பிடிபிடின்னு பிடிச்சுட்டாங்க. எல்லாரும் திட்டி முடிச்சதுக்குப் பெறகு தெற்கு வீட்டு சக்கரை மாமா நிதானமா கேட்டார்.''

''சாகப் போறேன்னு சொல்லிட்டு ஓடுனவன் எங்கடா ஊர் சுத்திட்டு வார்றே?''

''தேனியில போய் ரயில் தண்டவாளத்துல தலையக் குடுத்து படுத்தேன். ரயில் ஒரு நாளைக்கு ஒரு தடவதான் வருமாம். நான்

போறதுக்குள்ள ரயில் போயிடுச்சு. மொதநாள் ராத்திரி சாப்பிட்ட சாப்பாடு. பசி எடுத்துச்சு. பக்கத்துல வீரப்ப அய்யனார் கோயில்ல கெடா வெட்டுனாங்க. கறிக் கொழம்பு வாசம் ஆளத் தூக்குச்சு. சரி, சாகுறதுக்கு முந்தி கறி திங்கலாமேன்னு போனேன். நல்லா சாப்புட்டேன். அப்பறம் நெதானமா யோசிச்சேன். செத்து என்னத்த சாதிக்கப்போறோம்? என்னத்தவோ கடைசிவரைக்கும் காலத்த ஓட்டுவோம்ன்னு நெனச்சு நடந்தே வந்தேன். கண்டமனூருக்குத் தெற்க வார்றப்ப ரேசன் கடைக்கு சீமத்தண்ணி (மண்ணெண்ணை) ஏத்திக்கிட்டு லாரி வந்துச்சு. அதுல ஏறிவந்திட்டேன்''ன்னு நிதானமாச் சொன்னான்.

''இவன இப்பிடியே விடக்கூடாது. ஒரு கலியாணத்த முடிச்சு வச்சா எல்லாம் சரியாப் போகும்'' என்றார் சக்கரை மாமா.

''ஆமா... இந்த கூறு கெட்ட தாயோ... மகனுக்கு எந்த மயிராண்டி பொண்ணு குடுப்பான்?'' என்று கோபப்பட்டார் இவனது அப்பா.

''நம்ம பிள்ளைய நம்மலே கொறச்சுப் பேசலாமா? பொண்ணுப் பாக்குறது எம் பொறுப்பு'' என்று சொல்லிவிட்டு, சக்கரை மாமா போய்விட்டார்.

''அவருக்கு கல்யாணம் நடந்துச்சா...?'' பேத்தி ஆர்வமாகக் கேட்டாள்.

"ம்ம்... நடந்துச்சு. அங்க... இங்கன்னு அலைந்து கடைசியில் உள்ளூர்ப் பெண் ஒருத்தியே வாக்கப்பட்டு வந்தா. வந்தவ கடுமையான உழைப்பாளி. பாடுபாடுன்னு இருவத்திநாலு மணிநேரமும் பாடுபட்டாள். இவன் வழக்கம் போலவே பிள்ளையார் கோயில் திண்ணையும், பூவரச மரத்து நெழலும் கதின்னு கெடந்தான்.''

''ஒரு பையனும் பெறந்துட்டான். குடும்பத்துல பாங்கு பாகம் பிரிச்சுட்டாங்க. இவன் பாங்குக்கு ஒரு காளமாடும், ஒரு ஏக்கர் தரிசுக்காடும் கெடச்சிச்சு. இத வச்சு குடும்பம் நடத்துறது செரமம். மழை இல்ல. நெலத்த தரிசாப் போட்டுட்டு, பொண்டாட்டி கூலி வேலக்குப் போனாள். இவன் அந்த ஒத்த மாட்ட மேச்சிட்டு இருந்தான். இப்பிடி இருக்கிற நாள்ல தான் எங்க ஊருக்கு சினிமா படம் எடுக்க வந்தாங்க."

"அப்பிடியா...! இங்க சினிமா சூட்டிங் எல்லாம் நடந்துச்சா...?'' ஆச்சரியமாகக் கேட்டாள் கிருஷி.

''ஆமா.. வயக்காட்டு வரப்புல குஷ்பு கஞ்சி சுமந்திட்டு நடக்குற மாதிரி படம் எடுத்தாங்க. ஊரு சனமே அங்கதான் கெடக்கு. தவளவாயன்

சும்மா இருப்பானா? மாட்டக் கொண்டு போயி தரிசில கட்டிப் போட்டிட்டு, சினிமா எடுக்குறதப் பாக்கப் போய்ட்டான். படம் எடுத்து முடிஞ்சு, எடுத்தவங்க, நடிச்சவங்க எல்லாரும் போனதுக்குப் பெறகு சாவகாசமா வந்து பாத்தா... மாட்டக் காணோம்!''

''அடப்பாவமே... அப்புறம் மாடு வந்துச்சா இல்லையா?''

''ம்ஹீம் வரவேயில்லை. ரெண்டு வருசமாவே மாடு களவு நடக்குது. அதுவும் திங்கக்கெழும கேரளாவுக்கு மாடு ஓட்டிக்கிட்டுப் போறவங்க, தப்புன மாட்டையும் ஓட்டிட்டுப் போயிடுறாங்க. கோளாறா மாடு மேய்க்காம மயித்தவா புடுங்கிட்டு இருந்த? எக்கேடு கெட்டாவது போன்னு கத்திட்டு சக்கரை மாமா போயிட்டார்.''

இவன் பொண்டாட்டி ஒன்னும் பேசல. கஞ்சியும் காய்ச்சல. மகன் அழுதுக்கிட்டே இருந்தான். பொண்டாட்டி கண்டு கொள்ளவேயில்ல. அப்ப தவளவாயன் யோசிச்சு முடிவு செஞ்சான். பொண்டாட்டியவும் சமாதானம் செய்யணும். பிள்ள அழுகிறதவும் நிப்பாட்டணும். என்ன செய்யலாம்னு யோசிச்சு... யோசிச்சு கடைசியில மகனத் தூக்கி வச்சிக்கிட்டு 'திருவாய்' மலர்ந்தான்.

''என்ன சொன்னாரு?''

''பொறுடா மகனே.. காணாமப் போன நம்ம காள மாட்டத் தேடிப் புடுச்சு, அதுக்கு ஒரு ஜோடி புடுச்சு, தரிசாக் கெடக்குற பொறசம்பாறைக் காட்ட உழுது, அதுல சாமையும் பருத்தியும் வெதச்சு, சாமைய கஞ்சிக்கு வச்சிக்கிட்டு, பருத்திய எடுத்து தேனிச் சந்தைக்கு அனுப்பி, அந்தக் காசுல ஒரு பால் மாடு புடுச்சு, பாலும், மோருமாச் சாப்பிடுவோம். அப்பிடிச் சாப்பிடுறப்ப ஓங்க அம்மா, அவங்க அண்ணந் தம்பிகளுக்கு பாலு, மோரு தர்றேன்னு குடுத்தான்னு வச்சிக்கோ... அவள ஓங்கி ஒரு உதை இப்பிடி உதைக்கனும்டா''ன்னு சொல்லிக்கிட்டே எத்தினான்.

எதிர்பார்க்காமல் இவன் உதைச்சதால நிலை தடுமாறியவள் சுதாரித்துக் கிட்டு, ''பால், மோரு குடுக்குறது இருக்கட்டும், ஓங்கப்பன் அவங்க அக்கா, தங்கச்சிகளுக்கு நெய்யி தர்றேன்... வெண்ண தர்றேன்னு குடுத்தா... மண்டையில இப்பிடித்தான் போடுவேன்''னு சொல்லிக்கிட்டே கரண்டியால் மண்டையில் போட்டாள்

பாவம் அவனுக்கு முன் வலுக்கை. ரத்தம் திபுதிபுன்னு கொட்டுது. ஒரு கையால காயத்த அமுக்கிப் புடுச்சிக்கிட்டு, ''எப்பிடி என்னய

அடிக்கலாம்?''னு சொல்லிக்கிட்டே, தலைமுடியப் புடுச்சு இழுத்துக்கிட்டு வீதிக்கு வந்துட்டான். அப்புறம்...''

தொடர்ந்து கதை சொல்ல முடியாமல் கமலா பாட்டி சிரித்தாள்... 'கெக்கக்கெக'வென அப்பிடியொரு சிரிப்பு... இங்கு வந்து இத்தனை நாட்களில், பாட்டி இப்பிடி சிரித்ததை கிருஷி இதுவரையில் பார்க்கவில்லை. இவளாலும் சிரிப்பை நிறுத்த முடியவில்லை. சிரிப்பை அடக்கிக்கொண்டு "ம்ம்... பாட்டி சிரிச்சது போதும். கதையைச் சொல்லு'' என்றாள். பாட்டி கதையைத் தொடர்ந்தார்,

"சண்டை பெரிய சண்டையா மாறிடுச்சு. ஒரு பயலும் வெலக்கி விடல. கடைசியில வழக்கம்போல தெற்கு வீட்டு மாமா தான் வெலக்கி விட்டாரு.''

''என்னடா மண்டையில காயம்?''

''இவ அடிச்சிட்டா மாமா.''

''ஏம்மா அடிச்சே?''

''என்னைய எத்துனா... சும்மாவா இருப்பேன்?''

''ஏன்டா எத்துனே?''

''ஆமா... வம்பாடு பட்டு, புல்லுச் செமந்து, சாணியள்ளி நான் பால் பீச்சி வச்சிருப்பேன் அவ நோகாம அவங்க அண்ணன் தம்பிகளுக்கு எல்லாம் எங்க வீட்டு பாலு, மோரு எல்லாத்தையும் ஊத்தி ஊத்திக் குடுப்பாளாம்... இதப் பாத்துக்கிட்டு சும்மா இருக்கனுமாக்கும். என்னைய என்ன இளிச்சவாயன்னு நெனச்சீங்களா?''ன்னான்.

''பால்... மோரா...?'' இப்பத்தான் அவருக்கு பொறி தட்டிச்சு.

''ஏன்டா... இருந்த ஒத்த மாட்டையும் களவாணி கிட்ட தோத்திட்டு மயிரு போச்சுன்னு நிக்கிற. இந்த லட்சணத்துல பாலு எங்கடா ஊறும்? மோரு எங்கடா மோளும்?ன்னு'' கோபமா கத்தினாரு..

''அதுவா...''ன்னு இழுத்தவன் நடந்த கதையைச் சொல்லச் சொல்ல அவருக்கு கோபம் உச்சத்திற்கு ஏறி, 'சப்'ன்னு அவன் கன்னத்துல அறைஞ்சாரு.''

இப்போது பேத்தி கண்கள் சிவக்கச் சிவக்கச் கலகலவென சிரித்தாள்... சிரித்து முடித்துவிட்டு, "அப்புறம் என்ன நடந்துச்சு?'' என்று கேட்டாள்.

"அப்புறம் என்ன... அன்னக்கிச் சாயங்காலமே தன் மகனையும் தூக்கிக்கிட்டு, வீட்டைப் பூட்டி சாவிய எடுத்திக்கிட்டு தாய்வீட்டுக்குப் போயிட்டா பொண்டாட்டி. பாவம் தவளவாயன். பிள்ளையார் கோயிலே கதின்னு கெடந்தான்.''

"அவரு இன்னும் இருக்கிறாரா..?"

"நேரமாகுது தூங்கலாம்.''

"ப்ளீஸ் பாட்டி.''

"காலையில சொல்லுறேன்டா, செல்லம்.''

"போ.. கிளவி உன் கூட கா..." கோபத்துடன் படுக்கச் சென்றாள் கிருஷி. கமலா பாட்டியால் தூங்க முடியவில்லை.

காலையில் பேத்தி கேட்டால் என்ன சொல்வது? கணவனோடு சண்டை போட்டுவிட்டு தான் தாய் வீடு போனதையும், தனது வறுமையை வாய்ப்பாக வைத்து, தன்னை அக்கா புருசன் வைப்பாட்டியாக்கிக் கொண்டதையும், இதைக் கண்ணால் பார்த்த தவளவாயன் தற்கொலை செய்து கொண்டதையும், தன் மகன்வழிப் பேத்தியிடம் எப்பிடிச் சொல்வது? எப்பிடிச் சொல்ல முடியும்?

(காமதேனு - மார்ச் 2019 இதழில் வெளியான கதை)

13

இராஜராஜ சோழன்

எளிதில் இயல்புக்கு வர முடியாத அவஸ்தையில் இருந்தார் ராஜராஜ சோழன். என்ன செய்யலாம் என்ன செய்யக்கூடாது என்று பகுத்துப் பார்க்க முடியாத நிலை. ஆனாலும் ஒரு முடிவை எட்டவேண்டிய கட்டாயம். ஒவ்வொரு கல்வியாண்டின் முடிவும் தொடக்கமும் பற்பல படிப்பினைகளைத் தந்து கொண்டிருந்தது. ஆனால் இந்தக் கல்வியாண்டு கொஞ்சம் கடினமான படிப்பினைகளோடுத் தொடங்கியுள்ளது.

“தனியார் ஸ்கூல்ல டெம்பர்வரி வாத்தியாரா வேலை பாக்குறத விட மாட்டுத்தாவணி பஸ் ஸ்டாண்டுல ஆம்னி பஸ் புரோக்கரா இருக்குறது எவ்வளவோ மேல். நாலு டிக்கெட் சேர்த்துப் புடிச்சுக் கொடுத்தா கமிஷனாவது கூட கெடைக்கும். இங்க அதுவும் இல்லையே...! வருசம் முழுக்க சப்ஜெட்டுல சென்டம்... சப்ஜெட்டுல சென்டம்னு ஒரே பதட்டமாகவே நம்மள வச்சிருக்காங்க... ஏப்ரல் மே மாசத்துல ஸ்கூல் ஸ்டென்த் காட்டுங்கன்னு சொல்லி ஆள் புடிக்கிற வேலையைப் பாக்கச் சொல்றாங்க... ஏதாவது எக்ஸாம் எழுதி வேற வேலைக்கு நம்மள போகவும் விடாம இப்படிப் படுத்துறாங்களே... என்ன பொழப்புடா இது.. ச்சே...” கெமிஸ்ட்ரி மாஸ்டர் ராஜாமணிகண்டன் இப்பிடித்தான் அடிக்கடி புலம்புவார்.

இந்தப் பள்ளியில் வேலைக்குச் சேர்ந்து பதிமூனு வருசமாச்சு. கணக்கு மாஸ்டர் ராஜராஜ சோழன் பெயரைச் சொன்னாலே எல்லா மாணவர்களுக்கும் ஒரு பயம் கலந்த மரியாதை இருக்கும். சரியான கணக்குப் புலி. எம்.எஸ்.சி., எம்.எட்., எம்.ஃபில். நல்ல உயரம். கொஞ்சம் முன்வழுக்கை. முழுக்கை சட்டைப் போட்டு, இன் செய்து, டிப்டாப்பாக

நீளமாக எட்டு வைத்து நடந்து வந்தால் ஒரு விநாடி நின்று பார்த்துச் செல்பவர்களும் உண்டு. ஒருநாள், ஒருபொழுது விடுப்பு எடுத்ததில்லை.

"ராஜராஜ சோழன் கணக்கு மாஸ்டரா...? இடிக்குதே... இவர் சோசியல் சயன்ஸ் மாஸ்டரா இருந்தால் பொருத்தமா இருக்குமே..." என்று மாணவர்கள் தங்களுக்குள் கேலியாகப் பேசிக்கொள்வார்கள்.

"சோழன் சார் நீங்க மன்னர் பரம்பரையா...? உங்க பூர்வீகம் தஞ் சாவூரா...?" என்று தேவி மேடம் ஒரு நாள் கேட்டார்.

"இல்லீங்க மேடம். எங்கப்பா வரலாற்றுப் பேராசிரியர்" என்ற பதிலோடு நகர்ந்து கொண்டார். யார் என்ன கேட்டாலும் ஓரிரு வார்த்தை களோடு ஒதுங்கிக்கொள்வார்.

முதன்முதலில் இந்தப் பள்ளியில் வேலைக்குச் சேரும்போது ஆறு, ஏழாம் வகுப்புகளுக்கு கணக்கு மாஸ்டராக இருந்தார். அப்புறம் எட்டு, ஒன்பதாம் வகுப்புகளுக்குப் பாடம் எடுத்தார். பள்ளி தொடங்கி மூன்று பேட்ஜ் பத்தாம் வகுப்பு மாணவர்கள் தேர்வு எழுதினாலும் ஒரு பேட்ஜ் கூட சென்டம் வாங்கவில்லை.

"சின்னச் சின்னப் பசங்களையும், பிள்ளைகளையும் வாத்தியாரா வச்சிக்கிட்டு அந்த ஸ்கூல்காரன் சென்டம் வாங்குறான். ஏன் நம்மால முடியலை?...." பள்ளி தாளாளரின் இந்தக் கேள்விக்கு அன்றைய ஆசிரியர் கூட்டத்தில் எந்தப் பதிலுமில்லை. நீண்ட மௌனம் நிலவியது.

"கேக்குறேன்ல... பதிலே சொல்லாம இருந்தா எப்பிடி...?" எந்த செப்ஜெட்ல பெயிலாகுறாங்க...?"

"மேக்ஸ்தான் சார்... சிலபஸ் ரொம்ப டப்பா இருக்கு..." குனிந்த தலை நிமிராமல் தலைமையாசிரியர் பதில் சொன்னார்.

"அப்புறம் எப்பிடி அவங்க மட்டும் சென்டம் வாங்குறாங்க...?" பள்ளித் தாளாளரின் கேள்விக்குப் பதில் இல்லாமல் தலைமையாசிரியர் மௌனமாகவே இருந்தார்.

மேற்கொண்டு வார்த்தைகள் ஏதுமில்லாத அந்த அறையில் ஒவ் வொரு ஆசிரியரின் முகமாய் பார்த்து வந்த தாளாளரின் பார்வை, மூன்றாவது வரிசையில் இருந்த கணக்கு மாஸ்டர் சுரேஷ்மணியிடம்

நின்றது. அந்தப் பார்வை மிகக் கூர்மையாகப் பார்த்து, அவரைச் சுட்டுப் பொசுக்கியது. சர்வ நாடியும் ஒடுங்கி உட்கார்ந்திருந்தார். ஏசி குளிரையும் மீறி வியர்த்து விறுவிறுத்தது. வெளிக்காட்ட இயலாத படபடபடப்பில் எல்லா ஆசிரியர்களும் இருந்தார்கள்.

"தாயிற்சிறந்த கோவிலுமில்லை.." என்ற ரிங்டோனோடு தாளாளரின் செல்போன் அலறியது. அழைப்பை கட் செய்துவிட்டு, "சரி, ஹெச்.எம். தவிர மத்தவங்க கிளாஸ்க்கு போகலாம்" என்றார். எல்லோரும் எழுந்து போய்விட்டார்கள்.

இருவருக்குமான உரையாடல் இரண்டு மணிநேரத்திற்கும் மேலாக நடந்தது. பள்ளி நிர்வாகியின் அறைக்குள் யாரையும் அனுமதிக்கவில்லை. என்ன நடக்கிறது என்பதை அறிந்துகொள்ளும் ஆர்வத்தில் எல்லோரும் இருந்தாலும் என்ன நடக்கும் என்பதை யூகித்துக்கொண்டு, தனது வகுப்பறையில் அமைதியாய் உட்கார்ந்திருந்தார் சுரேஷ்மணி.

"**சு**ரேஷ் சார்... உங்களோட டீச்சிங்ல நாங்க குறை சொல்லலே... நீங்க நல்லாத்தான் மேக்ஸ் நடத்துறீங்க... ஆனால்... பசங்களுக்குப் புரியலையே...!" என்ற பீடிகையோடு தலைமையாசிரியர் பேசினார்.

“சரிங்க சார். நிர்வாகத்தின் முடிவு என்ன?” வெடுக்கென கேட்டார் சுரேஷ்மணி.

“கொஞ்ச நாளைக்கு ராஜராஜ சோழன் சார் டென்த் மேக்ஸ் கிளாஸ் எடுக்கட்டும். நீங்க நயன்த் பாருங்க...” என்றார்.

“நான் ஸ்கூலுக்கு வரணுமா... வேணாமா...?”

“என்ன சார், நீங்க இதுக்கெல்லாம் டென்சன் ஆகிட்டு... இந்த முன் கோபம்தான் ஒங்களோட கேரியரை டேமேஜ் பண்ணுது. கொஞ்சம் பொறுமையா இருங்க. இன்னக்கி கிளாஸ் எடுக்காம ரெஸ்ட் எடுங்க. நாளையிலிருந்து நயன்த் கிளாஸை எடுங்க. சிலபஸ் எல்லாத்தையும் உங்க டேபிள்ல வைக்கிறதுக்கு ஏற்பாடு பண்றேன். இது இந்த வருசம் மட்டும்தான். அடுத்த வருசம் ஹையர் செகண்ட்ரி வந்திரும். நீங்க லெவன்த் மேக்ஸ் எடுக்கலாம். எல்லாம் நன்மைக்கே” என்றார் தலைமையாசிரியர்.

பதிலேதும் பேசாமல் எழுந்து வெளியேபோன சுரேஷ்மணி, அமைதி யாகப் பள்ளி வளாகத்தையும் விளையாட்டு மைதானத்தையும் சுற்றி நடந்தார். தனியார் பள்ளிகளின் ஆசிரியர்களின் வாழ்க்கை அவர் அறிந்ததே... இப்படி நடக்கும் என யூகித்திருந்தாலும் இவ்வளவு சீக்கிரத்தில் நடக்கும் என எதிர்பார்க்கவில்லை. “வெளியே போ...” என்று சொல்லாமல் சொல்லும் மேனேஜ்மெண்ட் தந்திரம். நீண்டநேரம் யோசித்துக்கொண்டே நடந்தார். மீண்டும் தன்னுடைய அறைக்கு வந்தவர், இரண்டு நாட்களுக்கான விடுப்பு கடிதத்தை மட்டும் எழுதி தலைமையாசிரியரிடம் தந்துவிட்டுச் சென்றவர், பள்ளிக்கு வராமலேயே தனது பணி விலகல் கடிதத்தைப் பதிவு தபாலில் அனுப்பி வைத்தார்.

சுரேஷ்மணியை இழந்ததில் தலைமையாசிரியருக்கும் மற்ற ஆசிரியர் களுக்கும் வருத்தம் இருந்தாலும், நிர்வாகத்திற்கு வருத்தமே இல்லை. “சரியான திமிர் புடிச்சவன். கொஞ்சங்கூட மரியாதை தெரியாதவன். போனால் போகட்டும்” என்ற வார்த்தைகளோடு நிர்வாகி, அடுத்த நபரை நியமிக்கும் பணியைத் தொடங்கினார். ராஜராஜ சோழன் நியமிக் கப்பட்டார். பத்தாம் வகுப்புக்கான கணக்கு மாஸ்டராக ராஜராஜ சோழன் நியமிக்கப்பட்ட பிறகு, தொடர்ந்து மூன்றாண்டுகள் சென்டம் பெற்றது.

“பதினொன்றாம் வகுப்புக்கான சேர்க்கை நடைபெறுகிறது” என்ற விளம்பர பேனர் தமிழிலும் ஆங்கிலத்திலும் பள்ளி காம்பவுண்ட்டில் தொங்க விடப்பட்டிருந்தது. கூட்டம் முண்டியடித்தது. இதே பள்ளியில் பத்தாம் வகுப்பு படித்தவர்களும், பிற பள்ளிகளில் படித்தவர்களுமாய் பதினோராம் வகுப்புகள் இனிதே தொடங்கியது.

“லெவன்த், டுவல்த் ரெண்டுக்கும் சோழன் மாஸ்டரே மேக்ஸ் எடுக்கட்டும்” என்று தாளாளர் சொன்னாலும், “டென்த் மேக்ஸை விமலா மேடம் எடுப்பாங்க. ஆனாலும் அவங்களுக்கு ராஜராஜ சோழன் மாஸ்டர்தான் கைடு பண்ணனும்” என்று தலைமையாசிரியர் உத்தரவு போட்டார்.

இந்த வருசம் தொடக்கத்துல இருந்தே ராஜராஜ சோழன் மாஸ்டர் டென்த்துக்கும், லெவன்த்துக்குமாய் மாறி மாறி ஓடத் தொடங்கினார். இரண்டு வகுப்புகளுமே பொதுத்தேர்வை எதிர் நோக்கியிருந்த வகுப்புகள். இரண்டிலும் சென்டம் வாங்கியே தீர வேண்டிய கட்டாயத்தில் பள்ளி நிர்வாகம் இருந்தாலும் சோழன் மாஸ்டருக்கு வாழ்வா சாவா நிலை ஏற்பட்டது.

“இந்த பத்து மாசத்தல மேல்மாடிக்கும் கீழ்மாடிக்கும் ஓடி ஓடி சோழன் சார் ரொம்ப ஸ்லிம் ஆயிட்டாரு... கவனிச்சிங்களா மிஸ்” என்று கீதா மேடம் பரமேஸ்வரியிடம் சொன்னார். “ஆமா... இவருக்கு சுகர் வராது, பிரஷர் ஏறாது... அவங்க மிஸஸ் குடுத்து வச்சவங்க...” என்று சொல்லி பரமேஸ்வரி சிரித்தார். மதிய உணவு இடைவேளையில் தன்னைப் பற்றி நல்லதும் கெட்டதுமாய் பலவாறு பேசினாலும் எதையும் கண்டு கொள்ளாமல் பணி செய்தே கிடந்தார். சோர்வு தட்டும் போதெல்லாம் நூலகம் செல்வார். எதையாவது வாசிப்பார்... அல்லது கண்மூடிக் கிடப்பார். தன்மீது நம்பிக்கை என்ற பெயரில் அளவுக்கதிகமாக பணிப் பளு திணிக்கப்படுவதை அவரும் அறிந்தே இருந்தார். வேறு வழி யில்லை. சொற்பமாகக் கிடைக்கும் இந்த சம்பளம்தான் தன் குடும்பத்தின் உயிரோட்டத்திற்கு உதவுகிறது என்ற எண்ணம் எப்போதும் இவரை எச்சரித்துக்கொண்டே இருந்தது.

“டெட், டி.ஆர்..டி. நெட். எக்ஸாம் எழுதுற பழக்கமில்லையா சார்...?”

“எங்க எழுதுறது.. படிச்சாத்தானே எழுத முடியும்?”

“படிக்கக்கூடாதுன்னு யாராவது சொன்னாங்களா..?”

“மேனேஜ்மெண்ட்ல வேலை பார்த்துக்கிட்டு படிக்க முடியுமா...?”

“ஏன் படிக்க முடியாது...? ஓங்கள படிக்க விடாம மேனேஜ்மெண்ட் உங்க கண்ணு ரெண்டையும் பொத்தியா வச்சிருக்கு..?”

“கண்ணைப் பொத்தி வைக்கலை. கண்ணைக்கட்டி விட்டிருக்கு. மூளை முழுக்க வேலையை நெரப்பி வச்சிட்டு எப்பிடி படிக்க முடியும்?”

“படிக்கணும் தம்பி... படிக்கணும். எப்பப் பார்த்தாலும் சிலபஸ் பத்தியும், நோட்ஸ் ஆப் லெஷன் பத்தியுமே, ஸ்பெஷல் கிளாஸ் பத்தியுமே பேசுறதை கொறைச்சிட்டு, நம்ம எதிர்காலம் பத்தியும் யோசிக்கணும். தொடர்ந்து இங்கேயே குப்பை கொட்ட முடியாது. புதுசா ஆட்கள் வரவர நம்மள வெளியேத்திக்கிட்டே இருப்பாங்க... அல்லது வெளியில போக வைப்பாங்க. இங்கிருந்து வெளியில போன சுரேஷ்மணி டெட் எக்ஸாம் எழுதி, இப்ப கவுர்மெண்ட் ஸ்கூல்ல வாத்தியாராயிட்டாரு. நம்மளும் தினம் அவரைப் பார்த்திட்டுத்தானே இருக்கோம்...” மூச்சுவிடாமல் பேசி முடித்தார் தமிழாசிரியர் தாமஸ் அலெக்ஸாண்டர்.

“**இ**ந்த வருசம் ஆண்டு விழா நடத்தணுமா...?” என்ற கேள்வியோடு ஸ்டாப் மீட்டிங்கைத் தொடங்கினார் தாளாளர். “அடுத்த வருசம் டுவல்த் ரிசல்ட்ல சென்டம் வாங்குனதுக்குப் பிறகு பிரம்மாண்டமா நடத்தலாம் சார்” என்றார் தலைமையாசிரியர். தாளாளரின் எண்ண ஓட்டத்தைக் கணித்து, அதிலிருந்து தனது கருத்தைச் சொல்வதில் கில்லாடி இவர். ஆண்டுவிழா நடத்தப்பட்டால் சென்டம் வாங்கக் காரணமாக இருந்தவர்களுக்கு ஊக்கப் பரிசும் பாராட்டும் கிடைக்கும். அதிலும் தலைமையாசிரியர் மண்ணள்ளிப் போட்டுவிட்டார். எல்லோர் முகத்திலும் ஒரே விரக்தி பரவியது.

“வெரிகுட். அப்பிடின்னா பனிரெண்டாம் வகுப்புக்கான பாடத்தை இப்பவே நடத்தலாமே...” என்று தாளாளர் அடுத்த குண்டைப் போட்டார்.

பத்தாம் வகுப்புக்கான பொதுத்தேர்வும், பதினொன்றாம் வகுப்புக்காக பொதுத்தேர்வும் முடிந்து இரண்டு நாட்களே ஆன நிலையில்தான் இந்தக் கலந்துரையாடல் நடந்துகொண்டிருக்கிறது. பொதுத்தேர்வு முடியும் வரையில் யாருக்கும் அனுமதியோ விடுப்போ தரப்படமாட்டாது என்று நோட்டீஸ் போர்டில் ஒட்டப்பட்ட காகிதத்தை நேற்றுத்தான் கிழித்தார்கள்.

ஒரு வாரம் பத்து நாட்கள் குழந்தைகளோடு எங்காவது போய்வரலாம் என்று திட்டம் போட்டிருந்தவர்கள்... சொந்த ஊருக்குப் போகத் திட்டம் போட்டிருந்தவர்கள்... அஞ்சல்வழிக் கல்விக்கான தேர்வுக்குத் தயாரிக்கத் திட்டம் போட்டிருந்தவர்கள் என எல்லோருடைய திட்டத்திலும் இப்படி மண் அள்ளிப்போடுவார்கள் என யாரும் நினைக்கவில்லை. எல்லோரும் மௌனமாக இருந்தார்கள். ஸ்டாப் மீட்டிங் என்றுதான் பெயர். யாரும் பேசமாட்டார்கள். பேச முடியாது.

மே மாதம் முழுவதும் பள்ளிக்கு புது சேர்க்கைக்கு ஊருராய் அலைய வேண்டும். பனிரெண்டாம் வகுப்புக்கு மட்டுமல்ல, பத்தாம் வகுப்புக்கும் சேர்த்தே ஸ்பெஷல் கிளாஸ் நடத்த வேண்டும். ஸ்பெஷல் கிளாஸ் நடக்கும்போது எல்லோரும் வர வேண்டும். ஆனால் பள்ளி வாகனங்கள் மட்டும் வராது. ஆட்டோ பிடித்துத்தான் வர வேண்டும்.

“ஸ்கூல் பஸ் வேணாம்பா. பஸ் விட்டா நாம ஸ்பெஷல் கிளாஸ் நடத்துறது எல்லாருக்கும் தெரியும். வீண் பிரச்சினை வரும். அவங்கவங்க பைக்ல வந்திருங்க..” என்று தலைமையாசிரியர் சொல்லி விடுவார்.

“அவரோடு பைக்குக்கு மட்டும் நிர்வாகத்தின் கணக்குல பெட்ரோல் பங்க்ல பெட்ரோல் போட்டுக்குவார். நாம மட்டும் சொந்தக்காசுல பெட்ரோல் போடணும். இந்தாளு இருக்குற வரைக்கும் நிர்வாகம் வெளங்காது” என்று தாமஸ் சொல்வார். ஆனால் இன்று எல்லோரும் மௌனமாகவே இருந்தார்கள். யாருக்கும் உடன்பாடில்லை. அதே நேரத்தில் யாருக்கும் மறுத்துப் பேசிட தைரியமுமில்லை.

“என்ன ஒரு பதிலையும் காணோம்... எல்லோருக்கும் சம்மதம் தானே..!” நீண்ட மௌனத்தை தாளாளர் கலைத்தார்.

“சார்... இந்த வருசம் நியூ சிலபஸ். இன்னும் புக்ஸ் பிரிண்டே ஆகலையே... எப்பிடி சார்...” மிக மெல்லிய குரலில் தனது அடித் தொண்டையிலிருந்து சொன்னார் ராஜராஜ சோழன் மாஸ்டர்.

“நாம ஸ்டார்ட் பண்ணலாம் சார்... சிலபஸ் எல்லாம் வெப்சைட்ல அப்டேட் பண்ணியிருக்காங்க. டவுன்லோடு பண்ணிக்கிறலாம்...” என்றார் தலைமையாசிரியர்.

“அதுக்கு கொஞ்சம் நாள் வேணும் சார். நாளைக்கே எல்லாம் செய்ய முடியாது” கொஞ்சம் குரலை உயர்த்திச் சொன்னார் ராஜராஜ சோழன்.

“என்ன சோழன் குரலை உயர்த்துறீங்க...? யார் முன்னாடி பேசுறீங்கன்றதை மனசுல வச்சிக்கிட்டுப் பேசுங்க...” தலைமையாசிரியர் சீறினார்.

“எல்லாத்தையும் மனசுல வச்சிக்கிட்டுத்தான் பேசுறேன் சார். இந்த வருசம் முழுக்க ஒரு நாள் கூட ரெஸ்ட் எடுக்காம நாயா ஓழச்சிருக்கோம்.”

“அதனால..?” தாளாளர் தனது குரலை உயர்த்தினார்.

“தொடர்ந்து சென்டம் குடுத்துட்டு இருக்கோம் சார். மற்ற ஸ்கூல்ல எல்லாம் பாராட்டுகளும் இன்செண்டிவ் குடுத்து ஊக்கப்படுத்துறாங்க... நாங்க எதிர்பார்க்குறது பத்து நாள் லீவுதான் சார். எங்களுக்கும் குடும்பம் இருக்கு. அவங்களோட சேர்ந்து இருக்க வேண்டிய கட்டாயமும் இருக்கு. நாங்க முயற்சி செஞ்சா இது மாதிரி பல வேலைகளுக்குப் போகலாம். ஆனால்...? குடும்பம் முக்கியம். அவ்வளவுதான் சொல்வேன். புரிஞ் சாலும் சரி. புரியாட்டியும் சரி” மடமடவென வார்த்தைகளைப் பேசிவிட்டு, யாரையும் பார்க்காமல் யாருடைய பதிலையும் எதிர்பார்க்காமல் அறையை விட்டு வெளியேறினார் ராஜராஜ சோழன்.

இதுநாள் வரையில் பார்த்திராத ஒரு புது முகத்தைப் பார்த்த அதிர்ச்சியில் நிர்வாகம் இருந்தது. ராஜராஜ சோழனின் புது அவதாரத்தைக் கண்டு உள்ளுர மகிழ்ந்து கொண்டாடியது சக ஆசிரியர் கூட்டம்.

14

பதிர் தாளம்

பத்து வயதுக்கு மேலிருந்த காலகட்டத்தில் எங்களுக்குச் சொந்தமாக இரண்டு காளங்கன்றுகள் இருந்தன. விடுமுறை காலங்களில் மாடுகளை மேய்க்க வேண்டிய பொறுப்பு எனக்கும் எனது தம்பிக்கும் பகிர்ந்து தரப்படும். மகசூல் முடிந்த கோடை காலத்தில், அதுவும் பள்ளி விடுமுறை காலத்தில் அந்த மாதம் முழுவதும் மாடு மேய்க்க வேண்டும் என்பது விதி. அப்போது எங்களூரில் தொழுமாடுகள் அதிகம். எங்கள் வீட்டைச் சுற்றிலும் நிறைய தொழுக்கள் இருந்தன. வீட்டுக்கு வடக்கே ராமசாமித்தேவர் தொழுவும், கிழக்கே கிருஷ்ணசாமி நாயக்கர் தொழுவும், தெற்கே ராமசாமி கவுண்டர் வீடும், அதைச் சார்ந்த ஆட்டுத்தொழுவும் இருக்கும். சாயங்காலம் ஆறு மணிக்குத் தொடங்கி காலை ஒன்பது மணி வரையில் மாடுகளின் மணிச் சத்தமும், கத்தலும் சாண மூத்திர நாத்தமுமாய் இருக்கும். எங்கள் வீட்டில் எப்போதும் இரண்டு அல்லது மூன்று ஜோடி மாடுகள் இருக்கும்.

ஒரு கோடை காலத்தில் ஊத்துக்கடவு காடுகளில் மாடு மேய்க்க ராமசாமி கவுண்டருடன் நான் சென்றேன். ஊத்துக்கடவில் எப்போதும் தண்ணீர் வந்து கொண்டிருக்கும். இரண்டு மலைகளுக்கு இடையில் வகுடெடுத்தது போலிருக்கின்ற அந்தச் சின்ன ஊற்றுதான், மாரிக்காலத்தில் மிகப்பெரிய வெள்ள அபாயத்தைத் தரும் வைகையின் கிளை ஓடையாக மாறி மயிலாடும்பாறைக்கு மேற்கே வைகையில் விழுகிறது.

நாங்கள் மாடு மேய்க்கச் சென்ற காலங்கள் கோடை காலங்கள். இந்தக் காலகட்டங்களில் அதிகமாகத் தண்ணீர் வராது. தேங்கிக் கிடக்கும் தண்ணீரை மாடுகளுக்குக் காட்டி விட்டு, நாங்கள் கொஞ்சம் மேல் நோக்கி ஏறிச்செல்வோம். அங்கங்கே பாறைச் சுனைகளில் தண்ணீர்

கிடக்கும். தூசி படிந்த தண்ணீராக இருந்தால் அதில் ஒரு சொட்டு பொத்தக் கள்ளிப்பாலை விடுவோம். அடுத்த நொடியில் தூசிகளெல்லாம் மாறி தண்ணீர் சுத்தமாகி விடும். தண்ணீரைக் குடித்துவிட்டு, நீண்டு வளர்ந்த ஆலமரத்தினடியில் ஒரு தூக்கம். மாடுகளும் மேய்ச்சலை அசை போட்டவாறு படுத்திருக்கும். மூன்று மணிக்கு மேல் மாடுகளை ஓடையின் இடது பக்கமாகவே மேய விட்டுக்கொண்டே ஓட்டுவோம். மாடுகள் மேய்ந்துகொண்டு கணவாய்க்கு வந்து சேரும்போது பொழுது அடிசாயத் தொடங்கிவிடும். கோட்டைமூப்பர் காட்டுக்குக் கிழக்காக சங்கிலிக் கரட்டின் அடிவாரத்திலுள்ள ஒத்தயடிப் பாதையில் மாடுகளை வேகமாய் ஓட்டினால் வீராளம்மாள் கோயிலுக்குக் கீழேயிருக்கும் தொழுமாட்டுத் துறையில் மாடுகள் இறங்கும். ஆற்றில் கிடக்கும் கொஞ் சத் தண்ணீரைக் குடித்துவிட்டு மாடுகள் வீட்டுக்கு ஓடும்.

மாடு மேய்த்தல் என்பது அவ்வளவு சுலபமானதல்ல, கோடை காலங்களில் அழிவு காடுகளில் மாடுகள் மேய்ப்பது சிரமமில்லாதது. அதே நேரத்தில் மழைக்காலங்களில் விதைப்பு நேரத்தில் மாடுகளை ஓட்டிக்கொண்டு செல்வது மிக மிகச் சிரமம். முளைத்துச் செழித்து நிற்கும் பயிர்களின் பசுமையைக் கண்டதும் மாடுகள் வேகமாக ஓடும். மாடுகள் ஓடிவருவதைப் பார்த்ததும் அதை விட வேகமாக காட்டுக்காரன், “ஙகோத்தா ஙொக்கா” என்று இருக்கிற கெட்ட வார்த்தைகளையெல்லாம் கலந்து திட்டுவான். ஒரு வருசத்துக்கான வாழ்வாதாரம் அது. ஆடுமாடுகள் அதிகமுள்ள அந்தப் பூமியில் விவசாயம் பார்த்து மகசூலை வீட்டுக்குக் கொண்டு வந்து சேர்ப்பது சவாலான விசயம்தான். அதுபோல பரந்து விரிந்த மலைப்பிரதேசத்துப் பீடபூமியில் எங்கு நோக்கினாலும் மகசூலாய் இருக்கும் போது, அத்தி பூத்தாற்போல் இருக்கும் தரிசு நிலங்களைப் பார்த்து மாடோட்டிச் சென்று மேய விடுவதும் சவால்தான். தரிசாய் கிடக்கும் நிலத்துக்குப் பக்கத்து நிலத்துக்காரனின் பாடு படுதிண்டாட்டம்தான். செங்கமங்கலில் காட்டுக்குச் சென்று மசங்கும் வரையில் காட்டில் இருந்துவிட்டு வரவேண்டும். வேலை இருந்தாலும், இல்லாவிட்டாலும் கண்டிப்பாக காட்டுக்குச் சென்றே ஆக வேண்டும். அடைமழை பெய்யும் காலத்தில் ஆடுமாடு வைத்திருப்பவர்களின் பாடு கடும் திண்டாட்டம்தான். அடைமழை பெய்யும் போது ஆறடிக்கிப் பேயிரைச்சலோடு வெள்ளம் போகும். ஆறுதாண்டிப் போவது முடியாத காரியம். ஆடுமாடுகளுக்குத் தீவனம் பார்ப்பது குதிரைத் கொம்புதான். “ஆடு மாடு இல்லாதவன் அடைமழைக்கு ராஜா… பிள்ளை குட்டி இல்லாதவன் பஞ்சத்துக்கு ராஜா” என்ற பழமொழி உண்டு. இந்தப் பழமொழியை எனது தந்தை அடிக்கடி சொல்லுவார்.

ஐப்பசி கார்த்திகை மாதங்களில் ஆடு மாடுகளுக்குத் தீவனம் இல்லாதது எவ்வளவு பெரிய சிரமமோ அதே அளவுக்கு சாப்பாட்டுப் பிரச்சினையும் தலைவிரித்தாடும். எவ்வளவு வருமானம் வந்தாலும் ஐப்பசி கார்த்திகை மாதங்களுக்கு முன்பாகவே தீர்ந்துவிடும். இதைக் 'கார்த்திகை வெட்டை' என்று சொல்வார்கள். மார்கழியில் மகசூல் வரும்வரையில் ஒரு விவசாயக் குடும்பம் செத்துச் செத்துப் பிழைக்கும்.

மழைக் காலங்களில் விவசாயக் குடும்பங்களுக்கான சவாலாய் இருப்பது ஒழுகும் வீடுகளும், அடுப்பெரிக்கும் விறகுகளும்தான். பெரும்பாலான சம்சாரிகளின் வீடுகள் கூரை வீடுகள்தான். சில வீடுகள் தகரம், ஓடு போடப்பட்டவையாக இருக்கும். மண் மதில்களும், தாழ்வான தளங்களும் பாதுகாப்பற்ற குடியிருப்புகளுக்கான சாட்சிகளாகும். மாடுகளை நனையாமல் காப்பாற்ற போடப்பட்ட மாட்டுத் தொழுவத்தின் கூரைகள் மழை நின்ற பின்னும் ஒழுகிக்கொண்டே இருக்கும். தெருக்களில் தண்ணீர் தேங்கினாலோ... மழைத் தண்ணீர் வெளியே செல்ல இயலாது.

கால்நடை மூத்திரங்களும், சாணியும் கலந்த வாடையுடனேதான் சம்சாரிகளின் மாரிகாலப் பொழுப்பு நடக்கும். சாணியுள்ள வைத்திருக்கும் ஓட்டைக் கூடையில் கரைந்தும் கரையாமல் இருக்கின்ற சாணியை அள்ளி எடுத்துக்கொண்டு போய் குப்பையில் கொட்டும் பணியை யார் செய்வது என்ற போட்டி நடந்து கொண்டேயிருக்கும். மாட்டுக் கழிவு களைக் கொட்டி வைக்கின்ற இடங்கள் அவ்வளவு நன்றாக இருக்காது. மாட்டுச் சாணக் குப்பைகளைச் சுற்றியும் மனிதக்கழிவுகள் நிறைந்திருக்கும். எப்படி கவனமாகக் காலடி பார்த்து நடந்துபோனாலும் கணுக்காலுக்குக் கீழே ஏதாவது ஒரு இடத்தில் அடுத்தவனின் மலம் ஒட்டித்தான் விடும்.

வெளியே போய் விட்டுக் காலைக்கூட கழுவாமல் வீட்டுக்குள் சென்றால் மலத்தின் துர்நாற்றம் கண்டு அம்மா திட்டுவார். பின்னர் ஓடிச்சென்று கழுவிக்கொண்டு வர வேண்டும். மழைக்காலம் என்பது மலைகளுக்கும், வயல்வெளிகளுக்கும் காடுகளுக்கும் பணக்காரக் குடியிருப்புகளுக்கு வேண்டுமானால் சுகமான ரம்மியமானதாக இருக்கலாம். ஏழைகளுக்கும், சிறு சம்சாரிகளுக்கும் அது கொடுமையான காலம் தான். அதிலும் சும்மா மழை நசநசத்துக் கொண்டிருக்கும் காலத்தில் உடல் நலமின்மை, காசின்மை போன்ற இல்லாமை தலைவிரித்தாடும்.

எங்களுக்கான கூரை வீட்டில் தரை நனையாத இடங்களில் படுப்பதற்குப் போட்டி நடக்கும். விரிக்க, போர்த்திக்கொள்ள போதுமான பாயோ, போர்வையோ இருக்காது. விரிப்பதற்கு கோணிச் சாக்குப்பைகளும்,

போர்த்துவதற்கு அம்மாவின் பழைய சேலைகளும்தான் உதவும். அண்ணன், தம்பி, அக்கா, தங்கை என நாங்கள் ஏழு பேரில் எங்கள் அண்ணன் மட்டும் குடும்பத்தோடு ஒட்டாமல் வெளியில் சென்று படுத்துக் கொள்வான். அவனது சேர்க்கையும் பழக்க வழக்கமும் வித்தியாசமாக இருக்கும். குடும்பம் நல்ல நிலையில் இருந்தபோது அவன் படிக்கச் செல்லவில்லை. அவனை மையப்படுத்தி அம்மாவும், அய்யாவும் சண்டை போட்டுக்கொண்டே இருப்பார்கள்.

இது எங்கள் குடும்பத்தில் மட்டும்தானா? எல்லாக் குடும்பங்களிலும் இப்படியா? என்று பகுத்துப் பார்க்க முடியாத வயதில் நான் எண்ணியது உண்டு.

அளவுக்கதிமான பிள்ளைகள் நிறைந்த குடும்பங்களில் எவ்வளவு வருமானம் கிடைத்தாலும் வறுமை அதிகமாகவே இருக்கும். தவிர வருமானமில்லா காலங்களில் வறுமை வந்தாலும் அதிகமாகவே வாட்டும். மழைக்காலத்து வாழ்வில் நெல்லரிசிச் சோறு பார்ப்பது மிகமிகக் கடினம். சோளச் சோறும், சோளக்கூழும்தான் தினசரி உணவு. விறகு தட்டுப்பாடு ஏற்பட்டு விட்டால் இரவு நேரத்தில் காய்ச்சி வைக்கப்படும் கூழ்தான் அடுத்த நாள் காலையும் மதியமும் உணவு. மழையும் குளிரும் வாட்டும் காலத்தில் சூடான உணவை மனசு எதிர்பார்க்கும். ஆனால் ஏமாற்றமே மிஞ்சும். எவ்வளவு குளிர் இருந்தாலும் கொஞ்சம் மழை விட்டதும் மாடுகளை ஓட்டிக்கொண்டு தோட்டத்திற்குப் பக்கத்திலிருக்கும் மந்தைக் கரட்டுக்குச் செல்வோம்.

பாறைகளும், செடிகளும் மரங்களும் ஈரமாய் கிடக்கும்போது பட்டுப்போயுள்ள ஈர விறகுகளைப் பொறுக்கிக்கொண்டு வந்து அடுப்படி அனலில் காய வைப்போம். இது அடுத்த நாள் அடுப்பெரிக்கப் பயன் படும். எனக்கு நினைவு தெரிந்து பள்ளிக்கால வாழ்வு முழுவதுமே இப்படித்தான் இருந்தது. உடன் படித்தவர்களெல்லாம் சுற்றுலா போன நேரங்களில் நாங்கள் மாடு மேய்த்துக்கொண்டும் தோட்ட வேலை பார்த்துக்கொண்டுமாய் இருந்தோம்.

எனது நினைவுக்கு எட்டிய வரையில் கார்த்திகை நாளில் எல்லா வீடுகளிலும் விதவிதமான காய்கறிகளோடு உண்டு கொண்டிருக்க, எங்களைப் போன்றோர்களின் வீடுகள் மட்டும் பெயரளவில் ஏதோவொரு காயைப் பொறித்துத் தின்பதுதான் வழக்கமாக இருந்தது.

ஒழுகாத வீடும், சுடுசோறுடன் கூடிய சந்தோசமான மழைக்கால மென்பது எங்கள் வாழ்க்கையில் ஏற்பட்ட காலத்தில் நாங்கள் நிறைய இழப்புகளைச் சந்தித்தோம். எங்கள் கடைசித் தம்பிகள் இருவர் தவிர நாங்கள் எல்லோரும் பள்ளிப் படிப்போடு கல்வியை நிறுத்தினோம். எல்லோரும் வேலைக்குப் போனோம். ஆளுக்கொரு வேலை பார்த்தோம். கூரையை எடுத்து விட்டு தகரம் போட்டோம். மாட்டுத்தொழுவம் சரிசெய்யப்பட்டு ஒரு ஜோடி உழவுமாடு வாங்கினோம். தனியாகத் திண்ணையும் அடுப்பங்கரையும் கட்டினோம். இதற்கெல்லாம்... இந்த சந்தோசத்திற்கெல்லாம் விளையாக கொஞ்சமாகயிருந்த நிலத்தை ஒத்தி வைத்தோம்.

மூன்றாண்டு காலம் நாங்கள் வம்பாடு பட்டோம். ஒத்தி வைத்த நிலத்தை மீட்டோம். அதற்குப் பிறகு எங்களது வாழ்வில் ‘ஏறும் தொம்பரை’ தான். பிறகு நாங்கள் இறங்கவே இல்லை. கார்த்திகை பௌர்ணமி நாளில் தலைவாழை இலைப் போட்டு உண்பதும், பங்குனி திருவிழாவுக்கு கெடா வெட்டுவதும், வழக்கமாகி விட்டது. அடுத்தடுத்த ஆண்டுகளில் கொஞ்சங்கொஞ்சமாகக் கூலி வேலைக்குப் போவதை நிறுத்தி, சொந்த வேலை செய்யத் தொடங்கினோம்.

அப்போது தீர்ந்த கஞ்சிப் பஞ்சம் இதுநாள் வரையில் எட்டிப்பார்க்க வில்லை. குபேரர்களாக வாழாவிட்டாலும் அரிசிச் சோறையாவது மூன்று நேரம் சாப்பிட்டுக் கொண்டிருக்கிறோம். ஓரளவுக்கு நல்ல துணி உடுத்துகிறோம். நாங்கள் சிறுவர்களாக இருந்தபோது எனக்கும், என் தம்பி தங்கைகளுக்குமாய் சேர்த்து என் தந்தை ரெடிமேட் துணிகளில் விலை மலிவான அடுத்தவர்கள் கழித்துப் போட்டதையே வாங்கி வருவார். எங்களைச் சுற்றியுள்ள எல்லோருமே டெய்லரிடம்

தைத்துக்கொண்ட விலையுயர்ந்த துணிகளை அணியும்போது நாங்கள் மட்டும் 'மொடமொடா' ரெடிமேட் துணிகளை, எங்கள் அளவுக்கு மேலாக இருக்கும் துணிகளை உடுத்திக் கொள்வோம். நாங்கள் எல்லோரும் வேலைக்குப் போனபிறகு, இந்தப் பிரச்சினை தீர்ந்தது. நாங்கள் நினைத்த துணிகளைத் தைத்துப் போடத் தொடங்கினோம்.

என்னொத்த இளைஞர்கள் எல்லாம் கால் ரூபாய்க்கும் எட்டணாவுக்கும் வீட்டில் கையேந்திக் கொண்டிருந்தபோது நான் ஐந்து, பத்து என ரூபாய் நோட்டுகளில் செலவழித்துக் கொண்டிருந்தேன். எனக்கு இது பெருமையாகவே பட்டாலும் ஒரு காலகட்டத்தில் எனக்குள்ளிருந்து ஒரு ஏக்கம் தொடங்கியது. என் வயதொத்தவனெல்லாம் நோட்டுப் புத்தகங் களோடு கல்லூரிக்குப் போகும்போது நான் மட்டும் சிமெண்டோடும், செங்கலோடும், மண் சாந்தோடும் கலந்து திரிந்தேன். ஆரம்ப காலத்தில் எனக்குள் எட்டிப்பாராத இந்த ஏக்கம், என்னைவிட பள்ளியில் குறைவான மதிப்பெண்கள் பெற்றவர்கள் எல்லாம் கல்லூரிக்குச் செல்வதைக் காணும்போது மனதிற்குள் மிகப்பெரிய பாதிப்பை ஏற்படுத்தியது. சக நண்பர்களின் துணையோடு, அஞ்சல்வழிக் கல்வி மூலம் பயின்றேன். பட்டங்களும் பெற்றேன். நடைமுறையில் ஆங்கில அறிவு மற்றவர்களை விடக்குறைவாக இருந்தாலும், அனுபவத்தின் துணைகொண்டு என்னை நானே செதுக்கிக் கொள்கிறேன். ஆனாலும், ஆங்கில அறிவு குறைவு என்ற ஒரே காரணத்திற்காக என்னைவிட சொத்தையானவனிடமெல்லாம் கூனிக் குறுகி நிற்பது, எனது வாழ்நாளில் தீராத அவமானமாகவே உள்ளது. நானும் எனக்கான ஆங்கில அறிவை வளர்த்துக்கொள்ள பலவாறு முயன்று கொண்டுதானிருக்கிறேன்.

....இப்படி ஒவ்வொரு மனிதனுக்குள்ளும், மற்றவர்களிடம் பகிர்ந்து கொள்ள ஓராயிரம் கதைகள், கவலைகள், ஏக்கங்கள் புதைந்து கிடக் கின்றன. பகிர்ந்து கொள்ளமுடியாத சம்பவங்களும், கதைகளும் நிறைய இருக்கும். பால்யகாலத்து விசயங்களைப் பிறரிடம் பகிர்ந்து கொள்ளும் ஆசை ஒரு சர்வாதிகாரித் தோரணையில் உள்ள கொடூர மான மனிதனிடம் கூட, அடிமனதில் கனன்று கொண்டிருக்கும். கி.ரா. வைப் போல, கலைஞரைப் போல, எஸ்.ராமகிருஷ்ணனைப் போல எல்லோருக்கும் பகிர்தலுக்கான களமும் தளமும் கிடைத்து விடுவ தில்லையே!

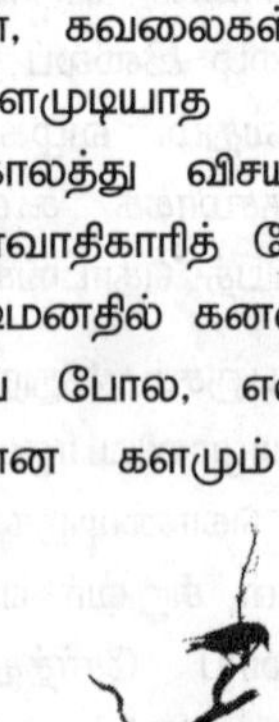